INSIGHT PUBLICA®

INSIGHT PUBLICA
Kozhikode, Kerala, India 673011
www.insightpublica.com
e-mail: insightpublica@gmail.com
Amarappanthal
Kumbalangad Unnikrishnan
(Malayalam Poems)
Sketches: Artist Rajan
First Edition: December 2020

ISBN 978-93-90535-51-4
Printed and Published
InsightinPublica Printers & Publishers Pvt. Ltd.

അമരപ്പന്തൽ

കവിതകൾ

കുമ്പളങ്ങാട് ഉണ്ണികൃഷ്ണൻ

INSIGHT PUBLICA ®

കുമ്പളങ്ങാട് ഉണ്ണികൃഷ്ണന്റെ കവിതയെ ശ്രദ്ധേയമാക്കുന്ന മൂന്നു പ്രധാന ഘടകങ്ങളുണ്ട്. ഒന്ന് അവയുടെ പ്രത്യക്ഷലാളിത്യവും അതിൽ നിന്നുളുതമാകുന്ന സ്വാഭാവികമായ സംവേദകത്വവും, രണ്ട്, ലോകത്തിന്റെ തിന്മകൾ കാണുമ്പോൾ പോലും അവയിൽ നിറഞ്ഞു നിൽക്കുന്ന സാധാരണ മനുഷ്യരോടും പ്രകൃതിയോടുമുള്ള വലിയ സഹാനുഭൂതി, മൂന്ന് അടിച്ചമർത്തപ്പെട്ട മനുഷ്യരുടെ വേദനകളും സ്വപ്നങ്ങളുമായി തന്മയീഭവിക്കുന്ന അവയുടെ സൂക്ഷ്മരാഷ്ട്രീയം ഒരു കവിയുടെ നിലനിൽപ്പിനെ ന്യായീകരിക്കാനും സ്ഥാനപ്പെടുത്താനും ഈ ഗുണങ്ങൾ ധാരാളം മതി എന്ന് ഞാൻ കരുതുന്നു. ഈ അമരപ്പന്തൽ വിയർക്കുകയും വ്യസനിക്കുകയും ചെയ്യുന്ന മനുഷ്യർക്ക് തണലാകട്ടെ.

ആശംസകളോടെ

കെ. സച്ചിദാനന്ദൻ

മുൻപ് പ്രസിദ്ധീകരിച്ച കവിതാ സമാഹാരങ്ങൾ:

1. മാച്ചെഴുത്ത്
2. നിലാത്തുമ്പി
3. ഡയബറ്റിസ് ഇല്ലാത്ത കവിതകൾ
4. അമ്പത്തൂരിലെ സന്ധ്യകൾ
5. ചെറൂള
6. പുകയുന്ന കൈവെള്ളകൾ

ഭാര്യ : ശ്രീമതി കെ. പ്രേമകുമാരി
മകൻ : അച്യുതൻ ഉണ്ണികൃഷ്ണൻ
സ്വദേശം : കുമ്പളങ്ങാട്, വടക്കാഞ്ചേരി - തൃശ്ശൂർ ജില്ല
താമസം: ചെന്നൈ, സാലിഗ്രാമം
Email: Kumblengaduk@gmail.com
Mobile: 9444942492

കുമ്പളങ്ങാട് ഉണ്ണികൃഷ്ണൻ

അമരപ്പന്തൽ കവിതാസമാഹാരത്തിന് ആസ്വാദകക്കുറിപ്പ് നൽകിയ പ്രശസ്ത കവി ശ്രീ. കെ. സച്ചിദാനന്ദൻ അവർകൾക്ക് നന്ദി.

ആമുഖം എഴുതി നൽകിയ പ്രിയപ്പെട്ട ഡോ. പി. എം. ഗിരീഷ് (മലയാളം വകുപ്പ് മേധാവി, മദിരാശി സർവ്വകലാശാല) അവർകൾക്കും നന്ദി. രേഖാചിത്രങ്ങൾ നൽകിയ ആർട്ടിസ്റ്റ് രാജൻ സാറിനും ഡി. ടി. പി. ചെയ്തുതന്ന ശ്രീ. രവിക്കും നന്ദി.

അമരപ്പന്തൽ നല്ല രീതിയിൽ പ്രസാധനം ചെയ്യുന്നതിന് സഹായിച്ച ഇൻസൈറ്റ് പബ്ലിക്ക കോഴിക്കോടിന് നന്ദി. എന്റെ പുസ്തക പ്രസിദ്ധീകരണത്തിനും സാഹിത്യ പ്രവർത്തനത്തിനും തുണയായി നിൽക്കുന്ന എല്ലാ സുഹൃത്തുക്കൾക്കും നന്ദി.

കുമ്പളങ്ങാട് ഉണ്ണികൃഷ്ണൻ

കുമ്പളങ്ങാട് ഉണ്ണികൃഷ്ണൻ; സാമൂഹിക സംരചനയുടെ കവി

സാഹിത്യം സംരചനയാണ്. ഒരേ കാര്യത്തെ പലതരത്തിൽ ഭാഷയിലൂടെ അവതരിപ്പിക്കുന്നതിനെയാണ് സംരചന എന്നു പറയുന്നത്. സംരചന എത്രത്തോളം സർഗാത്മകമാകുന്നുവോ തദനുസൃതമായി കവിതയുടെ വിതാനതലവും ഭാവുകത്വതലവും മാറുന്നു. സാമൂഹികതയിൽ, ആത്മീയതയിൽ, വൈയക്തികതയിൽ, പ്രകൃതിയിൽ ഇങ്ങനെ പലതിലും ഊന്നാം സംരചന. ഏതിലൂന്നുന്നുവെന്നത് എഴുത്തുകാരുടെ പ്രത്യയശാസ്ത്രത്തെയും എങ്ങനെ ഊന്നുന്നുവെന്നത് എഴുത്തിന്റെ ലാവണ്യശാസ്ത്രത്തെയും പ്രത്യക്ഷീകരിക്കും. കുമ്പളങ്ങാട് ഉണ്ണികൃഷ്ണൻ എന്ന കവിയുടെ സംരചന പൊതുവെ സാമൂഹികതയിലാണ് ഊന്നുന്നതെന്ന് അമരപ്പന്തൽ എന്ന കാവ്യസമാഹാരം തെളിയിക്കുന്നു.

കവിതയെ സാമൂഹികനന്മകളുടെ സഞ്ചാരവഴിയായി കാണുന്നുവെന്നത് കുമ്പളങ്ങാട് ഉണ്ണികൃഷ്ണന്റെ സർഗപരതയുടെ വലുപ്പം. ചുറ്റും നോക്കാൻ കണ്ണുണ്ടാകുക കവിയെ സംബന്ധിച്ചിടത്തോളം വലിയ കാര്യമാണ്. പൂർണ്ണ ആരോഗ്യമുള്ള അത്തരം കണ്ണുകളുള്ള കവിയാണ് കുമ്പളങ്ങാട്.

ഇസ്തിരിക്കാരി എന്ന കവിത അനേകം സാമൂഹിക മാനങ്ങൾ ധരിക്കുന്നത് അങ്ങനെയാണ്.

വൈവിധ്യങ്ങളുടെ
നനുത്ത വസന്തങ്ങൾ
ഒന്നൊന്നായി തേച്ചുമടക്കി
ചുറ്റും പഴംസാരിയാൽ

മുഖംതുടച്ച
നിൽക്കുകയാണ്

കുഞ്ഞുതൈകളെപ്പോലെ ആരുമറിയാതെ താനെ വളർന്നുകൊണ്ടിരിക്കും കവിത. ആ ദർശനം അവതരിപ്പിക്കുന്ന കവിതയോടെയാണ് ഈ സമാഹാരം ആരംഭിക്കുന്നത്. ആരും നട്ടുപിടിപ്പിക്കാതെ...

പരിപാലിക്കാതെ
കവിത താനെ വളരും

സാമൂഹികതിന്മകൾക്ക് എതിരെ ഉയരുന്ന ധ്വനിസാന്ദ്ര കവിതകൾ എഴുതാൻ മിടുക്ക് ഏറെയുണ്ട് ഈ കവിക്ക്. മധു, കുരിശില്ലാ ക്രൂശിതർ, പട്ടികൻ എന്നിവ ഉദാഹരണങ്ങൾ.

'പണക്കൊതിയ്ക്കൊരു ചങ്ങാതിയുണ്ട്
കരിഞ്ചന്ത'

എന്ന് എം.ആർ.ബിയുടെ ധർമോപദേശത്തിൽ കുഞ്ചൻ നമ്പ്യാരുടെ 'ആനവിറ്റു പണമുണ്ടാക്കുന്നവനെ തെളിയിപ്പാൻ / ചേനവിറ്റു നടക്കുന്ന ചങ്ങാതി മതിയോ'

എന്ന ചോദ്യത്തിന്റെ രാഷ്ട്രീയവും കുടിച്ചേരുന്ന മണ്ണിൽ കുമ്പളങ്ങാട് ഉണ്ണിക്കൃഷ്ണന്റെ സാമൂഹികകവിതകൾ ആഴത്തിൽ വേരോടിക്കുന്നുണ്ട്.

അതോടൊപ്പം വ്യക്തിസത്തയുടെ അമിത വൈയക്തിക ഭാരവും കവിത പേറുന്നുണ്ട്. നോക്കുക -

മെല്ലെ മെല്ലെ പറഞ്ഞു ഞാൻ, ഈ മണ്ണിൽ
എന്റെ വേര് പടർന്നതിനൊന്നുമേ
പത്രമില്ല എൻ സ്വപ്നം വിരിഞ്ഞതി-
നില്ല എന്റെ വിശ്വാസങ്ങൾ പൂത്തതി-
നില്ല സ്വന്തം സാഹോദര്യബന്ധങ്ങൾ
ക്കില്ല ഒന്നിനും പത്രങ്ങളേയില്ല (പട്ടികൻ)

നാം നട്ടുവളർത്തുന്ന നന്മകൾപെറുക്കിയെടുക്കുന്ന വാക്കുകൾകൊണ്ടും സമൃദ്ധമാണ് ഈ കാവ്യസമാഹാരം. സുഗന്ധം എന്ന കവിത മികച്ച ഉദാഹരണം.

വീട്ടുകൾതോറും ചന്ദനത്തിരികൾ വിൽക്കുന്ന പലനിറത്തിലുള്ള തിരികൾക്ക് അമ്മൂമ്മയുടെ ചിരിപോലെ ഒരേ നിറമെന്ന് കവിയ്ക്ക് പറയാനാകുന്നത് അതുകൊണ്ടാണ്.

തനിക്ക് മുന്നിൽ നീണ്ടു കിടക്കുന്ന വലിയ ലോകത്തിൽ നിന്ന് ആത്മരോഷത്തിന്റെയും വ്യഥകളുടെയും ശാന്തിയുടെയും ബിംബങ്ങൾ ഓരോന്നായി പെറുക്കിയെടുത്ത് വാക്കിൽ കൊത്തി വെയ്ക്കുമ്പോൾ കിട്ടുന്ന കാവ്യാനുഭൂതി വായനക്കാരിലേക്കും പടർത്താനാകുന്നുവെന്നതാണ് ഈ കാവ്യസമാഹാര ത്തിന്റെ നേട്ടം. കാവ്യം, ബിംബങ്ങളുടെ വിനിമയലോകമായി പരിണമിക്കുകയാണിവിടെ.

ഡോ. പി.എം. ഗിരീഷ്

മലയാളവിഭാഗം HOD,

മദിരാശി സർവ്വകലാശാല

കവിതകൾ

യാത്രകൾക്കിടയിലെ തണൽ

ആരും നട്ടുപിടിപ്പിക്കാതെ
പരിപാലിക്കാതെ
ചിലയിടങ്ങളിൽ
ചില മരങ്ങൾ താനെ വളരും
ഈ മരം ഇവിടെ വേണ്ടത് തന്നെ
എന്നത്രയും കൃത്യമായി തോന്നും വിധം
അത് അവിടെ വളരുന്നു.
വളർന്ന് കഴിയുമ്പോൾ മാത്രം
നന്നായി എന്ന്
കിളികൾക്കും
മൃഗങ്ങൾക്കും
മനുഷ്യർക്കും
തോന്നുംവിധം
അത് ആരുമറിയാതെ വളർന്നിരിക്കും
അതിനിടയിലെ
ചവിട്ടി മെതിക്കൽ
ഇല കൊഴിക്കൽ
കൊമ്പൊടിക്കൽ
തലക്ക് ഞെരടൽ
എന്നിവ ആരും ശ്രദ്ധിക്കുകയില്ല
യാത്രക്കാർ അതിനു കീഴിൽ കാത്തുനിന്നു
ഭാഗ്യക്കുറി അതിനു കീഴിൽ കഞ്ഞി കുടിച്ചു
ഭിക്ഷക്കാരൻ മുടന്ത് അഴിച്ചു കെട്ടി
സോഡാ സർബത്ത് പതഞ്ഞുപൊന്തി

അതിനു കീഴിൽ നായ്ക്കൾ ഉറങ്ങി
പശുക്കൾ അയവിറക്കി
യാത്രകൾക്കിടയിലെ തണലായി
അവിടം തണുപ്പ് തുളുമ്പി.

●

ഇസ്തിരിക്കാരി

മോഹങ്ങളുടെ വിവിധ നിറങ്ങളിൽ
പതുക്കെ തലോടി
ചുളിവുകൾ ചൂടുകൊണ്ട്
അമർത്തി നിവർത്തി

മുന്താണികളുടെ ചിത്രപ്പണികളിൽ
ആഗ്രഹങ്ങൾ ഇടറി വീണ
സൗന്ദര്യത്തികവേകുന്ന
ഓരോന്നും നിവർത്തി
ഒരു നിമിഷം മനസ്സിൽ ചുറ്റി
കിനാക്കൾ വെന്ത വെണ്ണീർ
ഊതിക്കളഞ്ഞു.

വൈവിദ്ധ്യങ്ങളുടെ
നനുത്ത വസന്തങ്ങൾ
ഒന്നൊന്നായി തേച്ചു മടക്കി
ചുറ്റിയ പഴം സാരിയാൽ
മുഖം തുടച്ചു
ഇഷ്ടങ്ങളുടെ പ്രലോഭനങ്ങൾ
നിയന്ത്രിച്ചു നിയന്ത്രിച്ച്
അവളെന്നും ചുട്ടു വിയർത്തു
വിണ്ടു കീറിയ വയൽപോലെ

●

വൃക്ഷ വിജയം

ശിഖരങ്ങൾ പിരിച്ചു ചുഴറ്റി
പിടലിയിൽ പിടിച്ചു ഞെരിച്ച്
നീണ്ടനേര താണ്ഡവാനന്തരം
പിൻവാങ്ങി തിരിച്ചു പോയപ്പോൾ
സർവ്വാംഗം തളർന്ന് നിൽക്കുകയായിരുന്നു
കടന്നുപോയ് എന്നൊരു ആശ്വാസത്തിൽ.

ചുറ്റിയലഞ്ഞ്
പുതിയ അടവോടെ
അപ്പോഴാണ് രണ്ടാമൂഴത്തിനെത്തിയത്

പതികാലം പോലെ തുടങ്ങി
ഹുങ്കാരാരോഹണങ്ങളാൽ
പത്രങ്ങളടർത്തിപ്പറത്തി
പെട്ടെന്നായിരുന്നു വീണ്ടുമാഞ്ഞടിച്ചത്.

അതുവരെ പിടിച്ചു നിന്നെങ്കിലും
അപ്രതീക്ഷിതമായ നീക്കത്തിൽ
ഒന്ന് നടുങ്ങി.

അതിവേഗതയുടെ ഏതോ ബിന്ദുവിൽ
പെട്ടെന്ന്
എന്തോ ഒന്ന് അഴിഞ്ഞതുപോലെ
പാതി മുറിഞ്ഞ തേങ്ങലോടെ

ജഡാഭാരത്തിൽ കുടുങ്ങി
തലയിടിച്ചു വീണ
കൊടുങ്കാറ്റ്.

●

മധു

കാട്ടുവള്ളി ഉണങ്ങി നിൽക്കുംപോലെ
കാട്ടുനീർച്ചാൽ വരണ്ട വിള്ളൽപോലെ
പേടിതിങ്ങും മിഴികൾ മിടിക്കാതെ
കൽക്കരിശിൽ തറച്ചപോൽ നിൽപ്പൂ നീ

കാട്ടുകല്ലുകൾ വീഴുംപോൽ മർദ്ദന-
നോവു ദുർബല ദേഹത്തു നീറ്റവെ
തീ പറക്കും തെറിവാക്കു കോറവെ
നിസ്സംഗം വനമൗനമായ് നിന്നു നീ

ഭ്രാന്തൻക്കൂട്ടത്തിനോടെങ്ങിനെ, എന്ത്
ചൊല്ലുമെന്നറിയാതെ മസ്തിഷ്ക്കത്തിൻ
ഗോത്രദൂരം ഇരുട്ടിടനാഴിയായ്
നിന്നുപോയ് നീ മരവിച്ചതുപോലെ

കട്ടതാര്, വിശപ്പേകി നീറ്റിക്കും
കൂട്ടരേത്, വനപ്പാറക്കീഴിലെ
ആറടിയിൽ ഒതുങ്ങിയോനെങ്ങിനെ
തർക്കശാസ്ത്രവാദം ജയിച്ചീട്ടുവാൻ
മല്ലി, ബീഡി, മുളകിത്തിരി, അരി
ഒന്നിച്ചെങ്ങിനെ കക്കും, ഒരു ലക്ഷം
കോടി കക്കും പോൽ ആവുമോ, കള്ളന്മാർ
തല്ലിക്കൊന്നു ഇളം മുള കീറും പോൽ

നൽകരുതേ നീരിറ്റുപോലും, മാന്യ-
സമ്പന്നർ മുതുകത്ത് കുത്തി, പ്പിട-
ഞ്ഞൊന്നു നോക്കവെ, ഏവരും കോമ്പല്ലു -
ചോരയിറ്റിച്ചു നിൽക്കുന്നു ചുറ്റിലും

പെട്ടെന്നെങ്ങിനെ സൂര്യൻ മറഞ്ഞു; മ-
ല്ലീശ്വരൻ വിളക്കെന്തേ കെടുത്തുന്നു
എങ്ങിനെ വിശപ്പാകെയും കെട്ടുപോയ്,
ലോകക്രോധമേ, ഞാനേ ജയിക്കുന്നു.

●

വട്ടക്കോറം

തറവാട്ടിൻ പൂമുഖത്തിൻ
ചന്തമില്ല; പതുപ്പുള്ള
ഇരുപ്പിൻ സൗകര്യമില്ല,
മിനുപ്പമില്ല.
കുളിർക്കാറ്റായ് വീശിനിൽക്കാൻ
പങ്കയില്ല, നയതന്ത്ര
ഗീതമില്ല, സ്വീകരണ
ജാലവുമില്ല.
നനവാണ് ഏതു നേരവും
തെളിവാർന്ന് മെഴുകിയ
തറ, തേച്ചു കഴുകിയ
ശുദ്ധമേകും ഹൃദ്സുഖദം
നേർത്തരച്ച വടിച്ചെടുത്ത
ചൊടിയേറ്റും രസഗന്ധം
വാർത്തുവെച്ച അന്നഗന്ധം
വറുത്തിട്ട നൽ സുഗന്ധം
പൊരിഞ്ഞു പൊന്തും
രുചിഗന്ധം
ഭൂമിയോളം കനിവാർന്ന
അമ്മമാർ തൻ പ്രിയകേന്ദ്രം
കനിവൂറും ഭരണകേന്ദ്രം
അരിക്കുന്നു, അരക്കുന്നു
ഇടിക്കുന്നു, വറുക്കുന്നു

പൊടിക്കുന്നു, വെട്ടിയുണ്ടും
പിരിച്ചിട്ടുന്നു.
വിളമ്പുന്നു നിറതൃപ്തി
വരിക്കുന്നു, കഴുകുന്നു
തുളുമ്പുന്നു, വിടരുന്നു
പുതുസ്നേഹത്തുടിപ്പെങ്ങും

പുകയുണ്ട്, എരിവുണ്ട്
കയ്പ്പുമുപ്പും കലിക്കുന്ന
രസമുണ്ട്, ചൂടുമുണ്ട്
സ്വയം വെന്തു മെരുങ്ങലുണ്ട്

കരിയുന്ന പാകമുണ്ട്
പുഴുങ്ങും സ്വഭാവമുണ്ട്
വരട്ടിയും പെരട്ടിയും
പരുവമാക്കും നന്മയുണ്ട്.

ഇടക്കുണ്ടൊരു ചെറുചീറ്റൽ
കലാശം പോലൊരു ആളൽ
ഒട്ടുക്കം സ്വയം പാകമായി
പഴുക്കുന്ന മധുരവും

അടിച്ചുവാരി പുറത്താക്കൽ
തുടച്ചു നീക്കൽ മൂടിവെക്കൽ
കോരിക്കോരി നിറച്ചുവെക്കൽ
അളന്നെടുത്തു കൈ നിറക്കൽ

ഇവിടെ നിന്നേ സ്വകാര്യങ്ങൾ
പലതിന്റെ തുടക്കങ്ങൾ
ജീവിതത്തിൻ വസന്തങ്ങൾ
പുതുബന്ധ നാമ്പിടൽകൾ

വെളുപ്പുനൽകി വെളിച്ചമാകും
ദാനമാണതിൻ ജീവകാണ്ഡം
സ്പുടം ചെയ്യലേ അതിൻ കർമ്മം
നനവാണതിൻ സ്ഥായിഭാവം

വടുക്കോറം ഒരുക്കുമ്പോൾ
വടുക്കോറം പുകയുമ്പോൾ
വടുക്കോറം മണക്കുമ്പോൾ
കിഴക്കോറം തെളിയുന്നു.

●

കൂർക്ക

കീറിയ കണ്ണിയിൽ പച്ചത്തഴപ്പുകൾ
മണ്ണിൽ തളിർത്തു പടർന്നു നിന്നു
പൂവായ് നിറഞ്ഞില്ല കേമത്തം കാട്ടാൻ
പൂലായ് കിടന്നില്ല നേട്ടങ്ങൾ കാട്ടാൻ.

വെള്ളക്കാരൻ ജന്മമല്ല പ്രശസ്തിക്ക്
രൂപമൊരുപോലല്ല ചന്തമില്ല
ആഢ്യത്തമില്ല, സവർണ്ണനല്ല
വേണ്ടത്ര ആകർഷണത്വമില്ല.

മൂപ്പെത്തും തോറും വണങ്ങിക്കിടന്നു
ജീവിതാർത്ഥങ്ങൾ ആഴത്തിൽ നിറച്ച
വേരും പടർപ്പുമായ് നട്ടുകിളച്ചവർ-
ക്കേറെ കരുത്തിൻ മണിക്കുട്ടമായ്

തൊട്ടാലൊട്ടില്ലയെന്നാലും തൻ സ്നേഹം
മണ്ണും മണവുമായ് കയ്യിൽ പകരും
കണ്ടാൽ കറുത്തു കടുത്തതെന്നാൽ
നല്ലവർ തന്നുള്ളുപോലുള്ളകം

സ്വത്വം സ്വയം കളഞ്ഞാരുടെ മുന്നിലും
പൊട്ടിപ്പൊടിഞ്ഞു കുഴഞ്ഞതില്ല
വേവൊന്ന് തട്ടുമ്പോൾ നെഞ്ചുടഞ്ഞില്ല
ചൂടായാൽ സ്വന്തം നില മറക്കില്ല.

നക്ഷത്രമേശയിൽ തിളങ്ങാറില്ല
നാക്കിലയിൽ സദ്യക്കളമെത്താറില്ല
ചാണകത്തറകളിൽ ഇടത്തരം കിണ്ണത്തിൽ
ചാരത്ത് പിഞ്ഞാണം തന്നിലെന്നും

ഏതോ മരുന്നിൻ രുചിച്ചൊടി കാത്തും
ദേശകാലങ്ങളിൽ വേറിട്ട് നിന്നും
ഇത്തിരിയുൾക്കരുത്തെന്നും കാക്കും
മൺഗന്ധത്തോടെ ഈ പൗരാണികൻ.
●

കുരിശില്ലാ ക്രൂശിതർ

മരിച്ചാൽ ജഡം
പൊതുനിരത്തിൽക്കൂടി
കൊണ്ടുപോകും
അതുകൊണ്ട്
കിടന്നു നാറട്ടെ

പഠിച്ചാൽ
ഗവേഷണം നടത്തും
സ്കോളർഷിപ്പ് ചോദിക്കും
തുല്യഅവകാശം ആവശ്യപ്പെട്ടും
ചോദ്യങ്ങൾ ചോദിച്ചുകൊണ്ടേയിരിക്കും
അതുകൊണ്ട്
തല്ലിക്കൊല്ലൽ
പ്രണയിച്ചാൽ
ചുട്ടെരിക്കൽ
എഴുത്തുകാരനായാൽ
ഒറ്റപ്പെടുത്തൽ

നക്ഷത്രമാവാൻ കൊതിച്ചാൽ
കരിക്കട്ടയാക്കുന്നു
പി എച്ച് എഡി എടുക്കാൻ
കൊതിച്ചാൽ
ആത്മഹത്യാക്കുറിപ്പിൽ
അവസാനിക്കൽ

സ്വാതന്ത്ര്യത്തിന്
എത്രയെത്ര അർത്ഥതലങ്ങൾ
ഐക്യത്തിന്
എത്രയെത്ര വിവേചനങ്ങൾ
മനുഷ്യനിൽനിന്ന് മനുഷ്യന്
എത്രയെത്ര അകലങ്ങൾ
●

പട്ടികൻ

കതകുതട്ടി അനുമതിയില്ലാ-
തകത്തു വന്ന് കാൽപ്പടങ്ങളിൽ തല്ലി
കയർത്തു ചോദിക്കയാണവർ, എവിടെ നിൻ
സാക്ഷ്യപത്രങ്ങൾ, ഞെട്ടിയുണർന്നു ഞാൻ.
ഭയനഖങ്ങൾ താഴ്ന്നൊരെൻ നെഞ്ചിലെ
ഇടറലിൽ തെല്ലവിറയാർന്നു; തൊടിയിലെ
മുത്തച്ഛൻ, അച്ഛൻ, മുത്തശ്ശി എന്നിവർ
മണ്ണായ്ത്തീർന്നിടം നോക്കി ഇടർച്ചയിൽ
ആധാരത്തിന്റെ, ആധാർ, പാനിന്റെ
സർവ്വീസ് ബുക്കിന്റെ പത്രങ്ങൾ കാട്ടി ഞാൻ;
ചോദിക്കുന്നവർ പിന്നേയും "ഇല്ലിതിൽ,
എവിടെയുണ്ട് നിൻ ദേശക്കൂറിൻ പത്രം"?
മെല്ലെ മെല്ലെ പറഞ്ഞു ഞാൻ, ഈ മണ്ണിൽ
എന്റെ വേര് പടർന്നതിനൊന്നുമേ
പത്രമില്ല; എൻ സ്വപ്നം വിരിഞ്ഞതി-
നില്ല; എന്റെ വിശ്വാസങ്ങൾ പൂത്തതി-
നില്ല; സ്വന്തം സാഹോദര്യ ബന്ധങ്ങൾ-
ക്കില്ല; ഒന്നിനും പത്രങ്ങളേയില്ല
എന്റെ ശ്വാസം കലർന്നൊരീക്കാറ്റിലെ
മാതൃദേശ സുഗന്ധമല്ലാതൊന്നും.
അതിരുതാണ്ടി അതിക്രമം കാണിച്ച
കയറിവന്നവനെന്നെത്ര വേഗത്തിൽ
അടിച്ചു ചേർത്തവർ എൻ പേരതിൽ പിന്നെ
ആജ്ഞാമുദ്രകുത്തുന്നു "പോകേണ്ടവൻ"

കതകടക്കുന്നു, എൻ വീടിൻ കതകവർ
പൂട്ടി, എൻദേശം എൻ മാതൃദേശമേ-
യല്ല, അന്ന്യൻ കുടിയേറ്റക്കാരനെ-
ന്നൊട്ടുവിൽ തള്ളിച്ചവിട്ടിയകറ്റുന്നു
മുത്തു മുത്തശ്ശി മണ്ണായിടത്തിലെൻ
ചിറകുകത്തിയടർന്നു വീണിടുന്നു
വെടിമരുന്നിന്റെ ഗർഭദാർഢ്യങ്ങളെൻ
മുതുകിൽ താഴ്ത്തുന്നു, അനാഥനാകുന്നു ഞാൻ.

●

എനിക്ക് ശ്വാസം മുട്ടുന്നു

തെരുവുകൾ, രാജപ്പെരുംപാതകൾ, കുഞ്ഞു-
കുട്ടികുടുംബങ്ങൾ, പാദങ്ങൾ പൊള്ളി -
പ്പിടക്കും പലായന ദുരിതത്തിൽ നോവവെ
മൂകമായ് പാതകൾ പോലും വിതുമ്പുന്നു.

മുലയിൽ*[1] പാലില്ലെന്ന് പണ്ടേയറിഞ്ഞവൻ
അമ്മ മരിച്ചതറിയാതെകീറ-
ശ്ശീലവക്കച്ചപൊക്കി നോക്കുന്നതു കണ്ടപ്പോൾ
പ്ലാറ്റ്ഫോം പോലും വിതുമ്പിപ്പോയ് മൂകമായ്.

മനുഷ്യച്ചതിതീർത്ത വിസ്ഫോടനത്തിനാൽ
പൊട്ടിത്തകർന്നൊരു വായ്ക്കകം ആഴത്തിൽ
താഴ്ത്തി നിൽക്കും വനപുത്രി തൻ മൃത്യു
കഠോര നോവും കാൺകെ പുഴയും വിതുമ്പുന്നു.

മർത്ത്യസംസ്ക്കാരത്തിൻ മൂർദ്ധന്യക്കോടിയിൽ
നാമത്രെ, എങ്കിലും രാക്ഷസർ കാൽമുട്ടാൽ
കണ്ഠം ഉടക്കുന്നു വർണ്ണവെറിയരായ്;
സ്വാതന്ത്ര്യശില്പം നടുങ്ങീടുന്നു.

---

1 * ചത്തപെണ്ണിന്റെ മുല ചപ്പുന്നു
നരവംശ നവാഗതൻ - അക്കിത്തം

ജീവിത വിശ്വാസ പങ്കാളിയോടൊത്ത്
ആഹ്ലാദം പങ്കിടാനുള്ള കിടപ്പറ
മൂർഖ മനസ്സുകൾ അന്ത്യക്കുഴിമാട-
മാക്കവെ, ഞെട്ടി ഭയന്നു ശ്മശാനങ്ങൾ.

ശ്വാസം മുട്ടീടുന്നു ലോകത്തിനാകവെ
ശ്വാസം മുട്ടീടുന്നു മർത്ത്യനിന്നോളവും
പോറ്റിയെടുത്തുള്ള നന്മകൾക്കൊക്കെയും
നാളെകളോർക്കവെ ശ്വാസം മുട്ടീടുന്നു.

●

സുഗന്ധം

വീടുകൾ തോറും
ചന്ദനത്തിരികൾ വിൽക്കുന്ന
ഒരു അമ്മൂമ്മ

സഞ്ചിയിൽ
പലനിറ തിരികൾ

ഓരോ വീട്ടുകാരും
തങ്ങൾക്കിഷ്ടപ്പെട്ട നിറം വാങ്ങി
ചുവന്ന തിരി
കറുത്ത തിരി
മഞ്ഞ തിരി
കാവി തിരി
പല വർണ്ണ തിരി

വീടുകളിൽ
പ്രാർത്ഥനായിടങ്ങളിൽ
കത്തിച്ചു വെച്ചപ്പോൾ
എല്ലാവരിലേക്കുമായി
അന്തരീക്ഷത്തിൽ പടർന്നത്
ഒരേ സുഗന്ധം.

അമ്മൂമ്മയുടെ പുഞ്ചിരിപോലെ
വെളിച്ചത്തിന്റെ മണം

സുഗന്ധം
നിറമേതുമില്ലാതെ
ഭേദമേതുമില്ലാതെ
●

ബാധിര്യം

ആരും
ആരേയും
ചീത്തപറയുന്നത്
പരദൂഷണം പറയുന്നത്
കാതിൽ കേൾക്കാനിട വരരുതേ
എന്നവർ പ്രാർത്ഥിച്ചു
ദൈവത്തിന്
വേറെ ഒരു വഴിയുമുണ്ടായില്ല
അതിന് ശേഷമാണ്
ഒരു ബധിര കൂടി ഉണ്ടായത്

●

സൗന്ദര്യക്കാഴ്ച

സ്വന്തം ശബ്ദം
പലമടങ്ങ് പ്രതിദ്ധ്വനിക്കുന്ന
ഒരിടത്ത്
വൃത്തിയുള്ള പുൽത്തറക്കപ്പുറത്ത്
നീണ്ട് നിറഞ്ഞ് നീലപ്പുഴ
പല നിറങ്ങളുള്ള ഇലകളാൽ
സമൃദ്ധമായ ചെടികൾ

ഒരാൾ മാത്രം
അവിടെ ചിരിച്ചുകൊണ്ട്
നിന്നിരുന്നു:
അന്ധനും മൂകനുമായി

●

വഴുതനങ്ങ

കെ.ജി.എസ്സി*[1]ന്റെ വിരലിൽ തൊട്ട്
എത്ര നേരമാണ്
പാതിരാ കഴിഞ്ഞും ഉറങ്ങാതിരുന്നത്.
പെട്ടെന്നാണ്
വഴുതനങ്ങ കയറി വന്നത്
ഡൽഹിയോളം യാത്ര ചെയ്തിട്ടും
ജന്തർമന്ദിറിൽ
തലയോട്ടിയുമായി മുദ്രാവാക്യം വിളിച്ചിട്ടും
വെള്ളം കുടിക്കാൻ പോലും കിട്ടാതിരുന്നിട്ടും
യാത്രയേറെ ചെയ്ത് മടങ്ങി വന്നിട്ടും
ഒട്ടും ക്ഷീണിച്ചിരുന്നില്ല.
തിരുച്ചിറപ്പള്ളി റെയിൽവേ സ്റ്റേഷനിൽ
തറയിൽ കിടക്കുന്ന വേളയിലാണ്
ആദ്യമായി കണ്ടത്.
അടുത്ത സമരം വരെ
ഊർജ്ജസ്വലത വിടാതിരിക്കാൻ
സഹശയനക്കാരോട് ആഹ്വാനം ചെയ്തും
ആവശ്യങ്ങൾ അംഗീകരിക്കുംവരെ
സമരങ്ങൾ തുടരും
എന്ന് പറഞ്ഞു കേട്ടപ്പോഴാണ്
കൂട്ടം തിരിച്ചറിഞ്ഞത്.
പച്ചത്തുവാല കഴുത്തിലണിഞ്ഞ്

1 * വിരലിൽ തൊട്ടിരിക്കുമ്പോൾ -
KGS കവിത വായിച്ചുകൊണ്ടിരിക്കുമ്പോൾ

കണ്ടപ്പോൾ തീർത്ഥാടകരെന്നാണ് കരുതിയത്.
ഉറക്കം വരാതിരുന്ന
പാതിരാത്രിയിലാണ്
വഴുതനങ്ങ വീണ്ടും കയറി വന്നത്
വിളഞ്ഞ പാടങ്ങൾ
വിലക്കുറവിനാൽ
കത്തിച്ചു കളഞ്ഞു എന്ന്
പാതിരാക്ക് എന്റെ കണ്ണിൽ
വഴുതനങ്ങ വിതുമ്പുന്നു.
●

ആയുധക്കടത്ത്

ഇത്തിരിപ്പോന്നൊരു കൈസഞ്ചി തന്നുള്ളിൽ
ലോകത്തെ ആകെ വിറപ്പിക്കുവാൻ, ഞെട്ടി-
യേവരും ശ്രദ്ധിക്കാൻ കെൽപെഴുമായുധം;
"കാത്തു നിൽക്കൂ, സൂക്ഷ്മ പരിശോധന വേണം".

സ്വർണ്ണം, ചുഴിച്ചടയൻ കഞ്ചാവ്, ബോംബ്
മയക്കുപൊടി, അവയെന്താകിലും തന്നെ
ഇത്രക്കു കൂർത്തവയല്ലവ, അതിലേറെ
മൂർച്ചയേറുന്നൊരു ആയുധശേഖരം

പാവം മഹാകവി, വേർക്കും കഷണ്ടിയോ-
ഡേർപ്പോർട്ടിൽ ബാഗ്ഗേജ് കിട്ടുവാൻ കാക്കവേ,
ഹിന്ദിസേനാ കേന്ദ്രക്കുട്ടർക്കറിഞ്ഞില്ല
കാത്തു നിൽക്കും മഹാൻ ആരെന്ന യാഥാർത്ഥ്യം.

കവിതകൾ കടലാസ്സിൽ വായിക്കേ, വാക്കുകൾ
അനർഘളം ഒഴുകും പ്രഭാഷണം കേൾക്കവേ
കവിയെക്കുറിച്ചൊരു കഠിന ചിത്രം കണ്ടു;
നേരിൽ കാണുമ്പോഴോ, ഏറെ വിനീതനും
ഉന്നത സേനാധികാരി തുറക്കുന്നു
കുഞ്ഞു തോൽ സഞ്ചി, നിറയെയതിൽ കൂർത്ത
നിബ്ബുകളുള്ള പേനാക്കൂട്ടമെങ്കിലും,
നൽകുന്നു സഞ്ചി കട്ടുംമുഖഭാവത്തിൽ

ബാഗു വാങ്ങിക്കവെ എന്റെ മലയാളം
നട്ടെല്ലും ശിരസ്സും നിവർത്തി പറഞ്ഞുപോയ് :
അക്ഷരപ്പൂക്കൾ പൊഴിക്കുമീയായുധം
ആയുധം - അറിവുള്ളിടത്ത് വജ്രായുധം.
●

അശാന്തൻ*[1]

ഡമരുമുട്ടി
അശാന്തൻവർഗ്ഗ ജനങ്ങളൊത്ത്
നടനരസം നുകരുമ്പോൾ
അശുദ്ധനാവാത്ത
ഹിമവപ്പെരുംവാസൻ
ചുടലക്കാട്ടിൽ കിടക്കുമ്പോൾ
ശവം വെന്ത വെണ്ണീർക്കുറിയെഴുതുമ്പോൾ
ശുദ്ധനാവുന്ന വിഷകണ്ഠരൂപൻ
സഹോദരന്റെ നാട്ടിലെ
അക്കാഡമിമുറ്റത്ത്
അവർണ്ണ കലാകാരൻ മരിച്ചു കിടന്നാൽ
മഹാദേവന് അശുദ്ധമാവുമെന്ന്
മനുവാദച്ചിതലുകൾ
കടിച്ചു കേറുമ്പോൾ
മൗനികളായിരിക്കുന്ന പാറാവുകാർക്കും
വിളിച്ചു കൂവൽക്കാർക്കും
പടപ്പിടിപ്പുകാർക്കും
എതിരെ സർപ്പസൈന്യമിറക്കി
അശുദ്ധത്തിയറി തീർപ്പെഴുതിയ
ഉന്നത ജീർണ്ണമനസ്ക്കർക്കെതിരെ
ചുവടുവെക്കാൻ ചിലമ്പിട്ടൊരുങ്ങി

1 * ആർട്ടിസ്റ്റ് അശാന്തൻ മരിച്ചപ്പോൾ ഭൗതികശരീരം എറണാകുളം ക്ഷേത്രസമീപത്തെ ഹാളിൽ വെക്കാൻ വിസമ്മതിച്ച അധികൃതർ.

മതിൽക്കെട്ടിനകത്ത് പൂട്ടിയിടുമെന്ന്
ഭീഷണിപ്പെടുത്തിയപ്പോൾ
കറുത്തവരുടെ അകത്തീക്കുണ്ഡം
കണ്ടതായ് നടിക്കാതെ
അത്താഴ ശീവേലി കണ്ട്
അന്തിയുറങ്ങി
എറണാകുളത്തപ്പൻ
അശാന്തൻ
ദൈവമായി ഒരിക്കൽ
ഉറഞ്ഞു തുള്ളുന്ന സ്വപ്നം കണ്ട്
●

അമരപ്പന്തൽ

മുത്തശ്ശി മുരിങ്ങയിൽ ഒരു കാലൂന്നി, വീട്ടിൻ
ഇറയുത്തരത്തിന്മേൽ ഒരു കൈപിടിച്ചിങ്ങേ-
തൊഴുത്തിൻ വളക്കോലിൽ മറുകാലുറപ്പിച്ചും
പച്ചധാരയിൽ മുറ്റത്തുണ്ടൊരുത്സവപ്പന്തൽ.

പൂക്കളാൽ സമൃദ്ധമായ് അതിനും മുകളിലായ്
മൂളിപ്പാടിയൊട്ടേറെ കരിവണ്ടുകൾ സദാ-
കാറ്റിൻ ഊഞ്ഞാലിൽ ഇലച്ചാർത്തുകൾ, അതിരമ്യം
നൃത്തമാടുന്നു വർണ്ണ വസന്തോത്സവം പോലെ

പാണ്ടിപ്പയ് അയവിറക്കുന്നതിൻ ചോട്ടിൽ, മൂകം
കാളുന്ന വെയിൽ നോക്കി ഇത്തിരിത്തണുപ്പുള്ള
തണലിൽ കണ്ണൊന്നിടക്കടച്ചും പെട്ടെന്നേതോ
ഓർത്തപോൽ കുടയുമ്പോൾ മണികൾ കിലുങ്ങുന്നു

തള്ളക്കോഴി തൻ കുഞ്ഞു പ്രാരാബ്ധമാകെ തെല്ലും
ഭയമില്ലാതെയതിൻ കീഴിലായ് എന്തൊക്കെയോ
ആരോടോ എന്നോണമായ് പരാതി കൊക്കിത്തീർക്കു-
ന്നെങ്കിലും ഇടക്കൊന്ന് ശാന്തമായ് മയങ്ങുന്നു

എങ്ങെങ്ങോ ഓടിക്കിതച്ചെന്തിനെന്നറിയാതെ
ഒടുവിൽ ക്ഷീണംതീർക്കാൻ വളഞ്ഞു കിടക്കുന്നു
നാലു വീടിന്റെ നാഥൻ താൻ തന്നെ എന്നൊത്തിരി
ആത്മവിശ്വാസക്കാരൻ നായയും അതിൻ കീഴിൽ

പ്രപഞ്ചത്തുടിപ്പുകൾ നിശ്ശബ്ദ പരാഗണം
നിലക്കാതതിൻ പച്ച ഞെരമ്പിൻ പിണച്ചിലിൽ
മിഴിയൂന്നിയക്കാലം അമ്മൂമ്മ ശാന്തം വെയിൽ
ജീവിതം ജപിച്ചാറ്റി കാൽനീട്ടി അതിൻ ചോട്ടിൽ

പോയൊരുകാലത്തോരോ വീടിന്റെ മുറ്റം തോറും
വിരിക്കൽ ഇല്ലാക്കാലത്തമരപ്പന്തൽ എങ്ങും
പകൽത്തീവെയിലത്തും പൊള്ളാതെ വിശേഷമായ്
തോന്നുമാറൊരു ജൈവപ്രകാശം പോലെ നിന്നു.

●

തോന്നലുകൾ

പിരിഞ്ഞു പോകലുകളുടെ കരിഞ്ഞ മണമാണ്
റെയിൽവേ സ്റ്റേഷനുകളിലെ അന്തരീക്ഷത്തിന്

മൊട്ടുകൾ വിരിഞ്ഞ ആകാംക്ഷയുടെ നഷ്ടകാലമാണ്
വിദ്യാലയങ്ങളുടെ അന്തരീക്ഷത്തിന്

മരണത്തിന്റെ ആസന്ന ഭയമാണ്
ആശുപത്രികളുടെ പരിസരങ്ങൾക്ക്

പ്രതീക്ഷകളുടെ ഭാഗ്യാന്വേഷണമാണ്
ദേവാലയങ്ങളിലെ തിരിനാളങ്ങൾക്ക്

വെപ്രാളങ്ങളുടെ ആകുലതകളാണ്
തെരുവുകളിലെ വേഗതകൾക്ക്

കാത്തിരുപ്പിന്റെ കനത്ത നിശ്വാസമാണ്
യൂണിയൻ ആഫീസ്സുകളിലെ ഇരിപ്പിടങ്ങൾക്ക്

വിശപ്പിന്റെ വേറിട്ട സ്മൃതിയാണ്
റേഷൻ കടകളുടെ ചുരിന്

നിരാശകളുടെ പുതലിച്ച വിമ്മിട്ടമാണ്
കോടതിവരാന്തകൾക്ക്

കനം തൂങ്ങുന്ന ഈറൻപ്പഗന്ധമാണ്
വായനശാലകൾക്ക്

അടയിരിക്കുന്ന അമ്മക്കിളിച്ചൂടാണ്
വീട്ടിലെ കിടപ്പുമുറികൾക്ക്

●

താളം

തളർന്നു കിടപ്പാണ് മുണ്ടകൻകണ്ടം, ദൂരെ
അനന്ത വിഹായസ്സിൽ അലയും മേഘങ്ങളെ
വെറുതെ നോക്കി, യെന്നാണിനിയിങ്ങൊഴുകി വ-
ന്നെത്തുന്ന നനവെന്ന് ദാഹാർത്തം വേനൽച്ചൂടിൽ

ചുവന്ന പൊടി പൂശി വരഞ്ഞ കലപ്പച്ചാ-
ലഴകാൽ അണിഞ്ഞാട്ടം തുടങ്ങാൻ മോഹിക്കുന്ന
രൗദ്രമാം തെയ്യക്കോലം കിടക്കുംപോലെ, പൊള്ളി-
ക്കിടന്ന്, സ്വയം വെന്ത്, ശുദ്ധമായ് തീരും പോലെ

ഉറച്ചു കിടക്കുന്നതൊക്കെയും ഉഴുതാകെ
ഇളക്കി മറിച്ചിട്ടും ഇടവേളകൾ തോറും
പുതിയ വിതക്കായി കുതിച്ചു വളരാനായ്
കൊയ്തെടുക്കുവാനായി, ചരിത്രം തുടരാനായ്

അതിലുണ്ടൊരു സത്യം സൂക്ഷിപ്പൂ നമുക്കായി
പുതിയ പ്രതീക്ഷതൻ മധുരക്കനിയായി
കനകത്തിളക്കം പോൽ, നോക്കു കാണുവാനാവും
അതിജീവനത്താളം നമുക്കായതിഹൃദ്യം.

●

നഗരപ്രളയം

വിശക്കുന്നുണ്ടെങ്കിലും
ഉണ്ണാതിരിക്കാൻ തോന്നുന്നു
ഉറക്കം വരുമ്പോഴും
ഉറങ്ങാതിരിക്കാൻ തോന്നുന്നു
കഥതീർക്കുമോ
എന്ന് ഉള്ള് കലക്കുന്നു
കവിത ജനിപ്പിക്കാറുള്ള മഴക്കാലം.
ഓളം വെട്ടുന്ന
കഴുത്തൊപ്പം വെള്ളത്തിൽ
കുതിർന്നു നിൽക്കുന്ന വീട്ടിൽ
നഗരപ്പെരുമഴയുടെ അലർച്ച
ഭയത്തിന്റെ ഉരുൾപ്പൊട്ടലുണ്ടാക്കുന്നു
പഴയ വീടിന്റെ
തറക്കല്ലുകളെ ഓർക്കുന്നു
അലിഞ്ഞ് ഇടിയുമോയെന്ന്
മൺ ചുമർ നോക്കി ഇരിക്കുന്നു
വരണ്ടുകിടന്ന തെരുവുകൾ
മഹാനദികളായി കലങ്ങിയൊഴുകുന്നു
മനുഷ്യമാലിന്യവും
തലയിണയും കിടക്കയും
പുതപ്പ് മൂടിയ ഒരു കട്ടിലും
കടൽ സമാധിക്ക് പോകുന്നു
പ്ലാസ്റ്റിക് മാലിന്യങ്ങളും
പെട്ടികളും

കുട്ടികളെപ്പോലെ തലകുത്തി മറിയുന്നു
മൂക്ക് പൊത്തി കണ്ടിരുന്ന
കൂവ്വം ആറ്
റോട്ടിലും വീട്ടിലും നിറഞ്ഞ്
കുത്തിയൊഴുകുന്നു
നാം എറിഞ്ഞിട്ട മാലിന്യങ്ങൾ
നമുക്ക് തിരിച്ചെത്തിച്ചിരിക്കുന്നു
കുടിവെള്ളമില്ലാതെ
വെള്ളക്കെട്ടിൽ തളരുന്നു
ടിവിയും മൊബൈലുകളും
നിശ്ശബ്ദമാവുന്നു
ഫെയ്സ്ബുക്കും മുഖമില്ലാതാവുന്നു
വാട്ട്സപ്പ് ഡൗണപ്പാകുന്നു
മഴയുടെ താണ്ഡവത്തിൽ
ശാസ്ത്രവും മൂകമാകുന്നു.
ഗതാഗതം നിലക്കുന്നു
ചന്തകൾ അടഞ്ഞു കിടക്കുന്നു
വീട്ടിലും നാട്ടിലും
പ്രളയജലം ഉപരോധം നടത്തുന്നു
ശ്മശാനങ്ങളിൽ
ശവദാഹം കാത്ത്
നിറവെള്ളത്തിൽ മൃതദേഹങ്ങൾ
മരങ്ങളിൽ ബന്ധിച്ചിരിക്കുന്നു
മഴക്ക് വേണ്ടി ദാഹിച്ച
നഗരവും മനുഷ്യരും
മഴയൊന്ന് നിൽക്കണേയെന്ന്
നനഞ്ഞ് വിറക്കുന്നു.
ഇന്നലെവരെ പ്രതാപിയായ നഗരം
പ്രളയത്തിൽ മുങ്ങിനിൽക്കേ
അഹങ്കരിച്ചത് അർത്ഥമില്ലാതെന്നും
അറിയുമ്പോൾ;
ദുർബലനായി
നിസ്സഹായനായി
ഒന്നുമല്ലല്ലോ താനെന്ന്
●

കരുത്ത്

തേക്കിൻ തയ്യിനെ നോക്കി
അപ്പയും ചൊറിത്തുമ്പ
ക്കൂട്ടവും മദിച്ചാർത്തു
പൊന്തി നിന്നോതീടുന്നു.

വളർന്നു നിന്നേക്കാളും
നിന്നേയും കവച്ചുകൊ-
ണ്ടുയർന്നു ഞങ്ങൾ തഴ-
ച്ചെത്രയും ചിനപ്പോടെ

മഴനിന്നൊരു വെയിൽ
മാർച്ച തീർന്നതും ആഴം
ചെന്നുള്ള വേരില്ലാത്ത
കളകൾ കരിഞ്ഞേപോയ്

വെയിൽ പിന്നേയും കുടി-
ച്ചാഴത്തിൽ വേരോടിച്ച്
വളർന്നു തലപൊക്കി
കരുത്തായ് കരിന്തേക്ക്

●

കുന്നിക്കുരു

1. കാൺമാനില്ല
എന്ന പരസ്യത്തിലെ മുഖം
എവിടെയോ കണ്ട പരിചയം
എണ്ണപ്പാട നീങ്ങുംപോലെ
എന്തോ ഒന്ന് മറയുമ്പോൾ
തിരിച്ചറിയുന്നു
അത് എന്റെ തന്നെ മുഖമല്ലേ?
ഞാൻ ആരെന്ന്
ഇനി എങ്ങിനെ തിരിച്ചറിയും.

2. ദുബായിലുള്ള മകൾക്ക്
സെൽഫി എടുത്തയക്കാൻ
ശ്രമിക്കുമ്പോഴായിരുന്നു
അത് സംഭവിച്ചത്
വിസയും പാസ്പോർട്ടും
ഒന്നും ഉണ്ടായിരുന്നില്ല.
അമ്മയോട് മകൾ
പിന്നീട് വിളിച്ചു പറയുകയായിരുന്നു
"അമ്മേ അച്ഛനിവിടെയെത്തി"

3. നാക്കുകളിൽ
പകയുടെ തീ കത്തുന്നവരുടെ
വാക്കുകളിൽ
ലാവയൊഴുകുന്നു

സത്യത്തിന്റെ നേർത്ത പടലങ്ങളിൽ
പതുക്കൊന്നും ഏൽപ്പിക്കാനാവാതെ
കരിക്കട്ടയായി
അവ പരാജയപ്പെടുന്നു.

4. കർഷക സമരങ്ങൾ
മാധ്യമങ്ങൾക്ക്
വാർത്തയാകാതെ പോയി
എന്ന് മാധ്യമ വാർത്ത.

5. താഴ്ത്തുന്നതും
വീഴ്ത്തുന്നതും
തോൽവിയല്ല
നെറികേട് ഉള്ളിൽ
ഇരുട്ടുമ്പോഴാണ്
തോൽവി

6. ഓരോ മൗനവും
വലിയ മുഴക്കങ്ങളുടെ
സംഭരണികളാണ്

7. അവരെക്കുറിച്ച്
ഒരു ആശങ്കയും വേണ്ട
അവർ ഏത് ഭീകരതയേയും
അതിജീവിക്കും
എത്ര സന്തുഷ്ടരായാണവർ
ഒട്ടും അലോസരമില്ലാതെ
സീരിയലുകൾ ആസ്വദിക്കുന്നത്.

8. ദാഹിക്കുന്നു
തൊണ്ട വരളുന്നു
തല കറങ്ങുന്നു
എന്ന്
തളർന്നിരുന്ന് വിലപിക്കുന്നു
ഇളനീർക്കുനക്കരികിൽ
വിൽപനക്കാരി.

9. എന്റെ സെൽഫി എടുത്തപ്പോൾ
എന്നെ പണയം വാങ്ങിയവന്റെ
മുഖമാണ് കണ്ടത്.
കറുത്ത ചുണ്ടുകൾക്ക് പകരം
തുടുത്തു ചുവന്ന തിണർപ്പ്
ചുരുണ്ട കരിനീല മുടിക്ക് പകരം
നിറം കൊടുത്ത കോലൻമുടി
വഞ്ചനയുടെ സൗമ്യനാട്യം തികഞ്ഞ
ശാന്തത കണ്ണുകളിൽ
കൊടിയിറങ്ങിയ രാത്രിയിൽ
ആദ്യമായാണ്
സെൽഫിയിൽ ഞാനല്ലാത്ത
എന്നെ കാണുന്നത്
എന്റെ ഹൃദയത്തിന്റെ സ്ഥാനത്ത്
രക്തം കിനിയുന്ന ഒരു ബ്ലേഡ്.

10. സെൽഫി എടുക്കാൻ
ആദ്യം പഠിപ്പിച്ചത്
ശ്രീനാരായണഗുരു
സ്വയം അറിയാൻ
സ്വയം തിരുത്താൻ
കണ്ണാടി തന്നു
സെൽഫിയിലെ നേര്
സ്വയം തിരിച്ചറിയാതെ
കണ്ണാടി മാറ്റി
നാം ഗുരുവിനെ പ്രതിഷ്ഠിച്ചു
ഗുരു പ്രതിഷ്ഠയുമൊത്താണ്
ഇപ്പോൾ സെൽഫി.

●

പുഴകൾ പൂക്കുമ്പോൾ

മണലാകെ പൊട്ടിമുളച്ചോണം പൊന്തി-
ത്തഴച്ചുകാടായുയർന്നാകെ പുഴനെഞ്ചിൽ
എങ്ങും വിരിഞ്ഞൊരീ ചൂലൻ പൂക്കൾ തിര-
തല്ലി, തീവേനൽത്തിരിച്ചീളുകൂട്ടമായ്

ഊറ്റിയെടുത്തൊടുക്കത്തെ ജലാംശവും
വാറ്റി വിടർത്തിയ കാപട്യചന്തത്തിൽ
ആർക്കും മിഴികൾക്കു ചേതോഹരക്കാഴ്ച
തീർക്കും, ഉരുകും നദീതടം വേകവേ

കാറ്റിനുപോലും അതൃപ്തിയാണാവഴി
വേണ്ടാ, വേണ്ടെന്നപോൽ, എന്നാലറിയാതെ
പൊള്ളും പുഴക്കൊരാശ്വാസത്തഴുകലെ-
ന്നോണം ഇടക്കൊന്നടിക്കുന്നതു വഴി.

ഏറകപ്പുല്ലിൻ കഥ മാത്രം മൂളുന്ന
മൂർച്ചയേറും വാളൻ വെള്ളക്കുലപ്പൂക്കൾ
തേടിയെത്തുന്നില്ല ഒറ്റ ശലഭവും
പാറുന്നു പിണ്ഡം കൊത്തിക്കാക്കപ്പറ്റങ്ങൾ.

ആരിലുമാദ്യം സമൃദ്ധ ജലത്തട-
മെന്ന വിഭ്രാന്തി ഉയർത്തിടാം; നേരെന്നാൽ
രോഗാതുര പുഴഗാത്രത്തെമൂടിയ
നീണ്ടൊരു വെൺകച്ചപോലെ യീ പൂവുകൾ.

●

ഡോ. എ.പി.ജെ. അബ്ദുൾകലാം

കരയുന്ന അമ്മയുടേയും
കരിയുന്ന ചട്ടിയുടേയും
ഓർമ്മകളോടെ വളർന്നവൻ

ആകാശം മടക്കി
ഇടുപ്പിൽ തിരുകിയ
രാമേശ്വരൻ

●

വെളിച്ചത്തിന്റെ ഇതൾ ചൂടുക നാം

ഏതോ അനന്തമാംആഴങ്ങളിൽ എപ്പോൾ
ആരേതു നേരത്ത് എന്നാവോ മറയുന്ന-
തറിയില്ല, അതിനാൽ ചിരിച്ച നാം പിരിയുക
ചിരിയിതൾ ഉള്ളിൽ തെളിച്ച നാം പോവുക.

മടി കൊണ്ടോ, പകകൊണ്ടോ, മറവികൊണ്ടോ, മനഃ
സ്സാഴങ്ങളിൽ താനെയിതൾ നീട്ടുമാ മഹാ-
സൗഭാഗ്യത്തുവെളിച്ചത്തിൻ പ്രസരണ
സിദ്ധി തമസ്ക്കരിക്കാതിരിക്കേണം നാം.

പിഴവുകൾ പിന്നെ തിരുത്തുവാനോ, വീണ്ടും
ഒരു വട്ടം കൂടി കണ്ടെത്തുവാനോ, നമു-
ക്കൊരു നാളും ആവാത്ത അത്രക്കിരുളക-
ലങ്ങളിൽ മൂകം പൊലിഞ്ഞകന്നീടാം നാം.

ഹൃദയം പകർന്നേകുമൂഷ്മളഭാവ-
മലൗകിക ശോഭാത്തിളക്കമേറ്റുന്നതാം
പരിവേഷമെല്ലാമകൽച്ചയും വേഗം
അടർത്തിയടുപ്പിക്കും മൃദുമന്ദഹാസം

ചിലവില്ല, കഴലില്ല, തേയുന്നില്ലൊന്നും
അകത്തൊരു സൂര്യൻ ജ്വലിക്കുന്ന നേർത്ത
പ്രഭാപൂരണത്താൽ സ്വയം പ്രകാശിക്കേ
മഹത്വം നിറക്കുന്നു നമ്മിലാ സത്യം.

ഒരു വെയിൽ, ഒരു രാത്രി, ഒരു കാറ്റിനപ്പുറം
വഴിയില്ലാ വഴിയിലൊന്നേതിലോ കാണാതെ
മറയുന്ന നിമിഷമുണ്ടരികിലെന്നറിക നാം
ഇനി യാത്ര പറയേ ചിരിച്ചുകൊണ്ടാക നാം.

●

വിതക്കാലം

വിത്തുകൾ വീഴാൻ തുടങ്ങിയിട്ടുണ്ടങ്ങു-
മിങ്ങും, നമുക്കൊന്നുമറിയാതെ
എവിടെ എത്രത്തോളമെന്നൊന്നുമറിയില്ല
എങ്കിലും വ്യാപകമാണത്രെ.
വീണവിത്തെന്ന് മുളക്കുമറീവില
ഏറെ മുളക്കും ഉറപ്പത്രെ
നാടെന്നും കാടെന്നും ആദിവാസിക്കുടി
നഗരങ്ങൾ വ്യത്യാസം ഇല്ലത്രേ.
എന്ത് വിത്തെന്തിനു വേണ്ടി അതൊക്കെയും
മുളപൊട്ടിയാലേയറിയൂത്രേ
എങ്ങും പടർന്നു വളർന്നാകെയൂക്കിൽ
കരീലകളില്ലാതെയാക്കുമത്രെ.
വേരുപടർന്നു തഴച്ചു വളർന്നിടാൻ
താഴെ സ്വയമിളക്കീടുമത്രേ
കൊയ്ത്തുമെതിക്കലും കുത്തലും ചേറലും
ഒക്കെ മുറക്കു നടക്കുമത്രേ.
പുറത്തെന്നതുപോലെ കത്തും വീണൊരുപാട്
ചിനപൊട്ടി നന്നായ് തളിർക്കുമത്രേ
വേറിട്ടു നിൽക്കാതെ കൂട്ടത്തിൽക്കൂടി
വളർത്തും കരുത്താർന്ന വിത്തത്രെ.
ആരും അറിയാതെ വീഴുന്ന വിത്തുകൾ
പൊട്ടി മുള നീട്ടിപ്പൊങ്ങുമത്രെ.
കാറ്റിനു കൂട്ടായ് കൊടുങ്കാറ്റുപോലുള്ള
കാറ്റുക്കകത്തുള്ള വിത്തത്രേ.

വിത്തു മുളക്കുവാൻ കാത്തു നിൽക്കുന്നവർ
നൊന്തു നീറുന്നോരാണൊക്കെയത്രേ
നൊന്ത മനസ്സിലെ, മണ്ണിലെ വേവലിൽ
നിന്നാണാവിത്ത് ഉയിർക്കൊൾവതത്രേ.

●

ചിറകുകൾ കത്തുന്ന ആത്മാവുകൾ

വംശമൂലസ്ഥാന നന്മകൾ തിരയവെ
ഇങ്ങു വിരുന്നു വരുന്ന പറവകൾ
നീർത്തടം വറ്റി വരണ്ട വിസ്താരത്തിൽ
വിണ്ട കോലം കണ്ട് തേങ്ങുന്നോരാവുന്നു

ചിറകുകൾ തീപ്പിടിച്ചെതിരെ വരുന്നതേ-
താത്മാക്കൾ ദിശ മറിച്ചീടുന്നു നോവുകൾ
നീറും തരംഗങ്ങൾ കുത്തിച്ചുഴറ്റുന്നു
ആണ്ടാണ്ടിതിങ്ങിനെ ഏറെപ്പെരുകുന്നു

ഹൃദയം തുരന്നുടലാകെ ഇടിച്ചെട്ടു-
ത്തടിയിലെ ജലപാളി വറ്റിച്ചൊരായിരം
ജൈവവൈവിദ്ധ്യങ്ങൾ ഊർദ്ധ്വാൻ വലിച്ച്
അകാലത്തടിഞ്ഞൊരു കുന്നിന്റെ ആത്മാവോ?

നാടിന്റെ നെല്ലറ എന്നും നിറക്കുവാൻ
കതിരേകും മേൽമണ്ണു മാന്തി നീക്കി, കരി-
ങ്കല്ലിട്ടു തറകെട്ടി കുറ്റനെടുപ്പുകൾ
പൊക്കിയ ഏതോ വയലിന്റെ ആത്മാവോ?

ദൈവവും അമ്മയും സർവ്വവും മണ്ണെ-
ന്നുറച്ച് വിയർപ്പൂറ്റി വയലിൽ പണിയെടു-
ത്തെന്നും കടൻ ചുമന്നാശ്വസിക്കാനിട
കിട്ടാത്ത കർഷകൻ തന്നുടെ ആത്മാവോ?

നാക്ക് വരണ്ടു ദാഹിക്കുന്ന ഏതൊരു
ആറിന്റെ; തെളിനീരുകണ്ടൊരാ കാലം മറ-
ന്നുള്ളൊരേതോ കുളത്തിന്റെ; വേനൽ കരി-
ച്ചുള്ളൊരേതോ വനത്തിന്റെ ആത്മാവോ?

എവിടെ തങ്ങൾക്കവകാശമാർന്നുള്ളൊരു
നീർത്തടം, പൂർവ്വീക വംശമൂലസ്ഥാന-
മെവിടെ, നൂറായിരം നീണ്ട വിരൽകൾപോൽ
കൊക്കുകൾ ചൂണ്ടിച്ചോദിക്കുന്നു പറവകൾ

●

പൂവ്വുകൾ

നിങ്ങൾ മാത്രം
വിരിഞ്ഞു കൊഴിഞ്ഞു വീഴും വരെ
എപ്പോഴും പുഞ്ചിരിക്കുന്നു.

ഈ മണ്ണിൽ നിന്നേ നിങ്ങൾ
ആകർഷകമായ വർണ്ണങ്ങൾ
ഊറ്റിയെടുത്തൊരുങ്ങുന്നു
ആരേയും ഹൃദ്യമായ്
നോക്കി ചിരിക്കുന്നു
സുഗന്ധവും തേനുമായ്
വിരിഞ്ഞു നിൽക്കുന്നു

പൂക്കളേ,
ഞങ്ങൾ വളർന്നില്ലയത്രയും

ഭൂമിയുടെ കവിതകൾ
നിങ്ങളല്ലോ പൂക്കൾ
●

വ്യതിയാനം

ഞാറ്റുവേലകൾ തീയ്യതി മറന്നു
കാറ്റുപോലും ദിശകൾ മറന്നു
കറുത്ത ആകാശച്ചിറകുകൾ കുന്നിൻ
ചെരുവിറങ്ങും പതിവു മറന്നു.

നേരത്തെ പൂത്തുകൊഴിഞ്ഞും ചിലപ്പോൾ
വൈകിയൊന്നെന്തിനോ എന്നോണം പൂത്തും
മരങ്ങൾ പൂക്കുന്ന കാലം മറന്നു
മരങ്ങൾ മരങ്ങളെന്നറിയാതെ നിന്നു.

നരച്ച പ്രേതക്കച്ചകൾ പോലെ
വരണ്ട മേഘങ്ങൾ നിരന്നലയുന്നു
പൊരിഞ്ഞ കണ്ണുകൾ തുളഞ്ഞു നീറുന്നു
കുഴഞ്ഞു തുമ്പികൾ പിടഞ്ഞു വീഴുന്നു.

കിളികൾ, തിത്തിരിപ്പക്ഷികൾ, വണ്ണാത്തി-
പ്പുള്ളുകൾ, കുഞ്ഞാറ്റ കുരുവിക്കൂട്ടങ്ങൾ
കൂട്ടിനെത്താത്തൊരു വയലും തൊടികളും
മരണവീടുപോൽ മൂകത തേങ്ങുന്നു

കതിരു കാണാതെ, പുഴകൾ കാണാതെ
മലയിടിച്ചൊരു പരുക്കു കാണവെ
ഋതുക്കൾ സമയവും തെറ്റിയകന്നു
കാഞ്ഞിരം മാത്രം തെഴുത്തു നിൽക്കുന്നു.

വെളുത്തുപൊള്ളുന്ന കർക്കിടകങ്ങൾ
പടിയടക്കുന്നു പൂവണിമാസം
കുളിർത്ത പച്ചയായ് വേലികളില്ലാതെ
കരിംപായൽ പൂശി മതിലതിർത്തികൾ

പിഴച്ച കാലത്തിൻ തൊലിയടരും പോൽ
മനുഷ്യഹൃത്തിലും മൃദുത്വം തേയുന്നു
കരണ്ടു കീറും പോൽ വാക്കുകളന്യോന്യം
ചീറ്റിത്തെറിക്കുന്നു തമ്മിലെപ്പോഴും

തെറിച്ച കാലത്തെ ചാരി നിൽക്കുന്നോർ
കൂട്ടുകാരായുള്ളോർ ഒപ്പമില്ലാത്തപ്പോൾ
ദൂഷണമേറെപ്പറഞ്ഞു കുറുകുന്നു
കൂട്ടത്തിലെന്നും ജയിച്ചു കയറുന്നു

തെറ്റിയ കാലത്തിൽ നെഞ്ചകം വറ്റിയ
ആർദ്രത, ആറുകൾ പിൻതിരിയുന്നു തൻ
നീരുറ്റുതേടിത്തിരിച്ചുപോകും പോൽ
കാവ്യം സ്വയം സ്വന്തം സത്യത്തിൽ വേവുന്നു.

●

രാമഴ

ഉറങ്ങുവാനാവാതുലഞ്ഞു കിടക്കവേ
വെറുതെവെറുതെയോരോന്നു ചികയവേ
അതിൽ നൊന്തു പിടയവേ
മനസ്സിന്നകം മുള്ളുകോറും പോലുരയവെ
എവിടെ നിന്നെത്തി നീ
മെല്ലെ മെല്ലെയില-
ത്തുമ്പുകളിൽ, പൂവിതളിൽ
താളമിട്ടോടിവ-
ന്നടനെയകന്നുപോയ്
പിന്നെയാഹ്ലാദമായ്
ആരവമായതു നിർത്താതെ ഏതോ
പുരാതന രാഗമായ്
നനവായി, സാന്ത്വന-
മൃദുല പ്രവാഹമായ്;

അറിവീല പിന്നെ ഞാൻ
അറിയാതെയായൊന്നും
അതിമന്ദ്രമാം നിന്റെ
താരാട്ടുകേട്ടുകേ-
ട്ടാഴ്ന്നുപോയ് ഏതോ
കരങ്ങളിൽ തൂവൽ
തല്പങ്ങളിൽ ശാന്തമായ്.

●

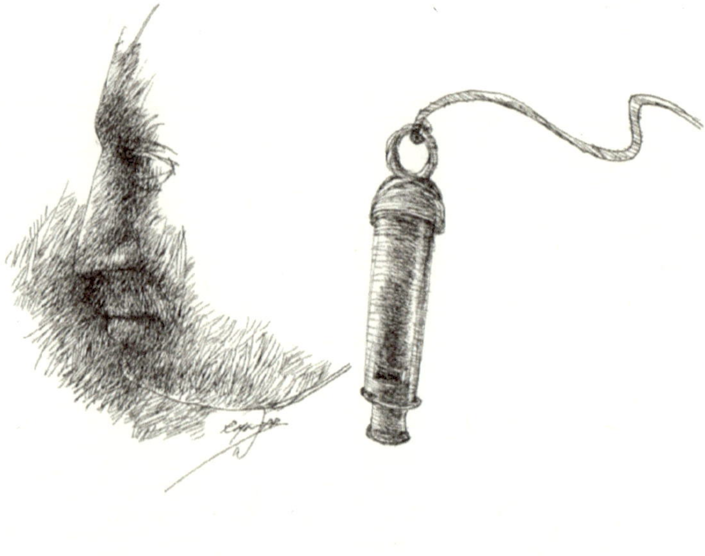

കളി

കളിയാണ്, ഇന്നെങ്ങും എവിടേയും കളിയാണ്
കളികൾക്കകത്തുമുണ്ടൊരു കളി
അറിയാത്ത വൻ കളിയാണതിൽ മുറിവേറ്റ്
ഓടും കളിക്കാർ ഒടിഞ്ഞുവീഴും കളി
കളിയാണ്, മുക്കുന്ന കളിയാണ്, കളികളിൽ
അരുതാത്തതേറും പെരും ചതിതൻ കളി
കളിവിട്ടകളികൾ, നടക്കുന്ന കൊള്ളയായ്
കൊള്ളരുതായ്മയായ്, കള്ളത്തരങ്ങളായ്
ഗതികെട്ട നീണ്ട വിസിൽ വിളി കേൾക്കാൻ
കൊതിക്കും മടുപ്പിക്കും വീർപ്പുമുട്ടൽക്കളി
നിയമങ്ങൾ ലംഘിച്ചുകൊണ്ടതി സാമർത്ഥ്യ-
ക്കളികളാൽ നേട്ടങ്ങളേറെയുണ്ടാക്കുന്ന
കള്ളക്കളിക്കാർ, അഭിനയ ഭാവത്തിൽ
വെറുതെ വീണീടുന്ന ഏതൊരു കളിയിലും
നൊന്തപോലുരുളുന്ന, വെറുതെ ഞെരങ്ങുന്ന
ഞാനൊന്നു മറിയില്ലേ എന്നു പിന്നെ ക്ഷണം
സ്വന്തം കളം വിട്ടകന്നെങ്ങോ പോകുന്ന
കള്ള നേട്ടങ്ങളോടൊപ്പം കടക്കുന്ന
നേടണം ഏതുവിധത്തിലും ആവോളം
കളിയല്ലടർക്കളം പോലാഞ്ഞു ചിലവില്ലാ-
നാക്കിട്ടടിക്കൽ, കുതികാലു വെട്ടൽ
പിടിച്ചുവലിക്കൽ, മറിച്ചിട്ടടിക്കൽ
കഥ തീർക്കാനെന്നോണം നെറുകയിൽ വെട്ടി
കാൽമുട്ട മടക്കി ചവിട്ടുവോർക്കിടയിൽ

കണ്ടിട്ടും അറിയാതെ, കേട്ടിട്ടും കേൾക്കാതെ
മദ്ധ്യസ്ഥനായോൻ പ്രധാനക്കാരൻ അവൻ
കൈക്കലൊശം കാട്ടി നിൽക്കുന്നു, ഓടുന്നു,
പിന്നെ പറക്കുന്നു മൂകനായി
കളിയേതിലും കളി നിയമങ്ങൾ തെറ്റിച്ച
കേളീക്കളത്തിൽ തിമിർക്കുന്നോർ നേർക്കളി-
ക്കാരനെ കള്ളക്കളിക്കാരനെന്നോതി
വെന്നിക്കൊടിനാട്ടി നിന്നു മദിക്കവെ
കളിയിലെ കാര്യത്തിൽ പലനാളായ്തോറ്റും
മുടന്തിയും സത്യം കിതച്ച നിന്നീടിലും
ഉയരുന്നു പെട്ടെന്ന് ഒരു മിന്നൽ വേഗത്തിൽ
പടരുന്നു പിന്നെ ജ്വലിപ്പൂ നക്ഷത്രമായ്.

●

അന്തിക്കുളിര്

വാർദ്ധക്യ പ്രണയത്തിന്റെ ശോണിമ
മിഴിയസ്ത്രങ്ങളേൽക്കവേ തിളങ്ങുന്നു

മൗനങ്ങളേക്കാൾ
വ്യക്തമാക്കേണ്ടതുണ്ടെങ്കിൽ മാത്രം
വാക്കുകൾ വ്യയം ചെയ്യുക.

●

ഞങ്ങളുടെ ശ്രീനാരായണഗുരു

ഗുരുവിപ്പോഴും ചുറ്റും ജ്വലിച്ചു നിന്നീടുന്ന
പ്രതീക്ഷാ വെളിച്ചംപോൽ, ഉദയാർക്കനെപ്പോലെ
അക്ഷരക്കൂട്ടിൻ സൂക്ത വാക്യമാധുര്യങ്ങളായ്
മുഴുതിങ്കളെപ്പോലെ, സാന്ത്വനത്തെളിച്ചംപോൽ

നവലോകത്തിൽ ഇരുട്ടിവിടെ വീണ്ടും ചുറ്റും
അന്ധവിശ്വാസത്തിന്റെ ശക്തി നൃത്തമാടുമ്പോൾ
ആൾദേവകാപട്യങ്ങൾ ഉറഞ്ഞു തുള്ളീടുമ്പോൾ
ഉറക്കെ മുഴങ്ങുന്ന ഗുരുനേരോർക്കുന്നു നാം.

ജാതി വേർതിരിഞ്ഞോരോ സ്പർധ മൂക്കുമ്പോൾ, ജാതി-
ക്കുള്ളിലെ അധികാര ഭ്രാന്തിനാൽ മത്തേറുമ്പോൾ
മതഭ്രാന്തടിയളന്നതിവേഗത്തിൽ പോയ
നൂറ്റാണ്ടിൻ നാറ്റം വാരിപ്പൂശി നിന്നിളിക്കുമ്പോൾ
ഗുരുജീവിതസാരം നയിപ്പൂ നമ്മെയിന്നും.

ഗുരുപൂജയെന്നതു ഗുരുതന്നൊരാദർശ-
ച്ചുടർ നെഞ്ചിലേക്കേറ്റി ഗുരുചൂണ്ടിയവഴി
ജീവിക്കനാമിങ്ങൊരേ ജാതിക്കാരെന്നോർത്തുകൊ-
ണ്ടക്കൂട്ടർക്കല്ലോഗുരു ഗുരുദേവനാകുന്നു.

ഗുരുവിപ്പോഴും ആരെന്നറിയാത്തവർ ഗുരു-
തങ്ങൾ തൻ ഗുരുവെന്ന് ഇരുട്ടിൽ നിന്നോതുന്നു
അതു കേട്ടതും മറുപക്ഷവും ഗുരു ഞങ്ങൾ-

ക്കായി മാത്രമെ; ന്നപ്പോൾ മനുഷ്യപക്ഷത്തിന്റെ
മനസ്സിൽ നിന്നും നൂറു നാക്കുപൊന്തുന്നു, അവർ
ഒരുപോലത്യുച്ചത്തിൽ ഇട്ടിവെട്ടും പോൽ ചൊൽവൂ
മർത്ത്യമോചനത്തിന്റെ ഗുരു ഞങ്ങൾ തൻ ഗുരു.

●

പരികർമ്മം

അജ്ഞാതനാം ധനിക വ്യാപാരി വന്നെത്തി
കർമ്മിയോടും പരികർമ്മികളോടുമായ്
കച്ചവട ഹ്രസ്വവ്യവസ്ഥകൾ ദീർഘമായ്
വ്യക്തം പറഞ്ഞുറപ്പിച്ചു സന്തോഷമായ്.
ഒന്നേ പറഞ്ഞുള്ളൂ കർമ്മി നിബന്ധന :
ഉണ്മയായുള്ളതിൻ തന്മയ രൂപമായ്
പുതിയതുണ്ടാവണം കാണന്നോർക്കാർക്കുമേ
അറിയാതിരിക്കണം വ്യാജസ്ഥിതിയൊന്നും
കള്ളന്റെ നൂതനക്കണ്ണുള്ള വ്യാപാരി
കണ്ണിറുക്കി; അതെൻ കർമ്മം ഭഗവാന്റെ
കാരുണ്യമുള്ളവൻ ഞാനതിലിന്നോളം
തോറ്റതില്ലെല്ലാം ഞാനൊപ്പിച്ചു നൽകിടാം.
ഒപ്പം തനിത്തങ്കക്കിണ്ണം, പാൽപ്പായസം
നേദിക്കാൻ മുത്തുപതിപ്പിച്ച ചാരുത
ഏറും കിരീടവും, കാൽത്തള, കൈവള
സൂര്യപ്രഭ, രത്നഹാരവും നൽകിടാം.
നിങ്ങൾ പകരമെനിക്കൊന്നേ ചെയ്യേണ്ടൂ
അഷ്ടബന്ധങ്ങളിൽനിന്നു പരുക്കേതും
ഏൽക്കാതെ നൂറ്റാണ്ടിൻ ചൈതന്യസൗന്ദര്യം
മെല്ലെ മെല്ലെ വിമോചിപ്പിച്ചെടുക്കണം.
പിന്നെ മഹാഭക്തലോകം ദിനംതോറും
വന്നു തൊഴുതുരുകട്ടെ, കൺനിറയട്ടെ
മായാപ്രതിഷ്ഠതൻ കണ്ണഞ്ചുമൈശ്വര്യം;
ആരറിഞ്ഞീടുവാൻ ശ്രീലകത്തിൻ സത്യം.

പൗരാണിക ശില്പകാവ്യപ്രപഞ്ചത്തിൻ
വേരുകൾ, മൂല്യങ്ങൾ, നേരുകൾ, എന്തൊക്കെ
നാം വിറ്റിട്ടുന്നവർ, നമ്മെപ്പോലും ഇന്ന്
നാം തന്നെ വിറ്റു മുടിയ്ക്കും അപരാധർ.

●

പെയ്യുന്നത്

ദാഹിച്ച ദാഹിച്ച വല്ലാതെ എന്നും
കൊതിച്ച വന്നൊന്ന പുണർന്നെങ്കിലെന്ന്
മോഹം കനത്തു തളർന്ന വൈവശ്യത്താൽ
മൂകം കിടക്കാൻ തുടങ്ങി നാളേറെയായ്

പ്രതീക്ഷകൾ പൊലിയവെ ഓർക്കാതിരിക്കേ
പെട്ടെന്ന് അത്രമേൽ മൃദുവായ് ശിരസ്സിൽ
അങ്ങിങ്ങ് തൊട്ടുതൊട്ടോടി മറഞ്ഞുപോയ്
പിന്നെയും വന്നൊന്നുരസിക്കടന്നുപോയ്

ഒന്നും കാണാനായില്ലതിനുള്ളിൽ വന്നുചേർ-
ന്നുടനെ കൊടുങ്കാറ്റായ് വീണ്ടും കടൽ ചുമ-
ന്നെത്തി പൊഴിഞ്ഞു തുടങ്ങുന്ന ദീർഘമായ്
കുളിരിൻ സുഖാമൃതധാര സമൃദ്ധിയായ്

എത്രനേരം എത്രവട്ടം അറിഞ്ഞില്ല
ആകെ സ്വയം മറന്നെന്നോണം എങ്ങും
ലയിച്ചും കിടപ്പായി പിന്മടങ്ങാൻ മനഃ
സ്സില്ലാതെ ശാന്തം ഉറങ്ങും കടൽപോലെ.

●

മഴഹാർ

മഴ പെയ്തിറങ്ങുന്ന-
തിങ്ങിനെ, ഇത്രയും
പെയ്യുമെന്നറിയിക്കാ-
തെന്നാൽ നിറപ്പെയ്ത്തായ്
മഴയിത്രമേൽ ഹൃദ്യ-
മായ്പെയ്തതെത്രയോ
മദിവെയിൽ പൊള്ളിച്ച
പോയതിൻ ശേഷമേ
വിളറി വെളുത്ത നാൾ
വേർത്തു കരിഞ്ഞ നാൾ
സ്തബ്ധം പിടഞ്ഞ നാൾ
കല്ലീറനായ നാൾ
വാൾ നനഞ്ഞീർന്ന നാൾ
കൺ ചുഴ്ന്നു നീറ്റ നാൾ
കാതു കേൾക്കേണ്ടാത്ത
തീക്കാറ്റ് കേട്ട നാൾ
വേനലുകളാളി-
പ്പൊരിഞ്ഞു പടർന്നനാൾ
വിണ്ടുവിണ്ടകലം
വളർന്നു വരണ്ട നാൾ
സാന്ത്വനം വറ്റി
മൃഗാനദി വാപ്പിളർ-
ന്നടിയാളിളം മേനി
തീക്കുട്ടിത്തിന്ന നാൾ

ഏറെപ്പൊരിഞ്ഞപ്പോൾ
ഏറെ ക്കിതച്ചപ്പോൾ
ഒക്കെയും നിസ്സഹാ-
യത്താൽ പുഴക്കമായ്
കൊമ്പു കുലുക്കിക്കൊ-
ണ്ടമറിച്ചുരക്കുന്നു
മഴ പെയ്തുപെയ്തു
നനഞ്ഞു നിറക്കുന്നു
വറ്റില്ലെന്നാവോളം
ഹൃദയം കുളിരോളം.
●

മതമില്ലാത്ത മഴ

വെള്ളപ്പൊക്കത്തിൽ
ഏവർക്കും ഒരേ പ്രാർത്ഥന
ദൈവം ഏതായാലും
മഴ നിർത്തിച്ചാൽ മതി
ദുരിതാശ്വാസ ക്യാമ്പിൽ
ഒരേ പായിലിരുന്ന്
അവർ
നമസ്ക്കരിക്കുന്നു
നിസ്ക്കരിക്കുന്നു
കുർബാന കൊള്ളുന്നു
ഹിന്ദു ഐക്യമുന്നണിയും
കൃസ്ത്യൻ ഐക്യ സഭയും
ഇസ്ളാം ഐക്യലീഗും
ഒരുമിച്ചിരുന്ന് ഭക്ഷണം കഴിക്കുന്നു
അശരണരായി
അനാഥരായി
വെള്ളം കയറിയ വീടൊഴിഞ്ഞ്
ദുരിതാശ്വാസ ക്യാമ്പിലെത്തുമ്പോൾ
ഓടവെള്ളത്തിൽ
മഴ നമ്മെ നടത്തിക്കുന്നു
നാമെത്ര നിസ്സാരർ എന്ന്
പ്രളയം നമ്മെ ഓർമ്മിപ്പിക്കുന്നു
നിസ്സഹായരാവുമ്പോൾ
അപരൻ സഹോദരനെന്ന് തോന്നുന്നു

എന്ത് കഴിക്കുന്നു, എന്ത് ധരിക്കുന്നു
എന്ത് ചിന്തിക്കുന്നു
എന്നന്യോന്യം പരതാതെ
ഏവർക്കും ഒരേ പ്രാർത്ഥന
ദൈവം ഏതായാലും
മഴ നിർത്തിച്ചാൽ മതി
കയറിയെത്തിയ ഇറങ്ങിപ്പോവാത്ത
വെള്ളത്തിന് മുന്നിൽ
മതമില്ലാത്ത മഴ
ഏവരേയും മനുഷ്യരാക്കുന്നു.

●

അന്തിയാളൻ നാട്

ഓടിക്കൊണ്ടിരുന്ന വണ്ടിയിൽനിന്ന്
റിസർവ്വ് ബാങ്കിന്റെ കോടിക്കണക്കിന് രൂപയും
റെയിൽവേസ്റ്റേഷൻ തന്നെയും
ആരോ പൊക്കിക്കൊണ്ടു പോയ ദിവസം,

നാടിന് ലഭിക്കേണ്ട
ഒരു ലക്ഷം കോടി
കോർപ്പറേറ്റുകൾക്ക് എഴുതിത്തള്ളിയ ദിവസം

ഗോതമ്പ് ദേശ ബാങ്കിലെ
പതിനായിരം കോടി
പാതാളവരണ്ടികൊണ്ടെന്നപോലെ
ഒരാൾ എടുത്തു കടന്നു കളഞ്ഞ ദിവസം.

ചൂണ്ടയിടുന്നതിന്റെ ആധുനിക വശങ്ങളെക്കുറിച്ചായിരുന്നു
ഒരു ദേശം ചർച്ച ചെയ്തത്.

●

അടയാളം

ഇരുളിലൊരു പട്ടി
കുരക്കുന്നു നിർത്താതെ
എന്തു കണ്ടാവാം?

കനം വെക്കും ദേശത്തിനകത്തെ
കാർനിഴൽ പടലങ്ങളെ,
ഇന്നോളമില്ലാത്ത
അജ്ഞാത നീക്കങ്ങ-
ളങ്ങിങ്ങായ് തലപൊക്കി
നിവരുന്ന അതിക്ഷുദ്ര
ഭാവമാറ്റങ്ങളെ
കണ്ടിട്ടോ,
അന്നോളമില്ലാത്ത ഭാവങ്ങ-
ളിരുളിൽ അനങ്ങുന്ന-
തെങ്ങാനും കണ്ടിട്ടോ
ഒരു പട്ടി
കുരക്കുന്നു നിർത്താതെ

കക്കുന്ന കള്ളനെ
കള്ളനല്ലെന്നോണം
നന്നായ് ചമഞ്ഞൊരു കള്ളനെ
കള്ളന്മാരെ പിടി-
ക്കാനുള്ളോനെന്നോണം
വന്ന് കള്ളന്മാർക്ക്

ക്കുട്ടായ കള്ളനെ,
കള്ളനെപ്പോൽ പെരും-
നീക്കങ്ങളുള്ളൊരു
മാന്യനാം കള്ളനെ
കണ്ടിട്ടോ
കാട്ടാൻ തിടുക്കപ്പെട്ടോ
ഇരുളിലൊരു പട്ടി
കുരക്കുന്നു നിർത്താതെ
കത്തും വഴിവിളക്കെന്നപോലുള്ള
മഹത്തുക്കളെയെല്ലാം
തല്ലിക്കൊന്നിടുന്ന
കള്ളനെ കണ്ടിട്ടോ
കാട്ടിത്തരാനായ് തിടുക്കപ്പെട്ടിട്ടോ
ഇരുളിലൊരു പട്ടി
കുരക്കുന്നു നിർത്താതെ

ഒരു പട്ടിയും
വേറെ എങ്ങും കുരക്കാതെ
എന്തിനോ ഏതിനോ
ഒരു പട്ടി
ഇരുളിൽ കുരക്കുന്നു നിർത്താതെ
●

ദഹണ്ഡക്കാരൻ

ഇരുട്ടും ബഹളവും സഹിച്ച്
പൊള്ളുന്ന ചവർപ്പ് കുടിച്ച്
തിക്കി തിരക്കിലിനും
പുകകൊണ്ടുമാണ്
അയാൾ ദഹണ്ഡം തുടങ്ങുന്നത്

കൂടിയിരിക്കുന്ന
പലരിൽനിന്ന്
ജീവിത കഥകളും
വ്യത്യസ്ഥ വ്യഥകളും
കേൾക്കുമ്പോഴാണ്
പച്ചക്കറികൾ തിരഞ്ഞെടുത്ത്
ഉപ്പും മുളകും മസാലയും
അരച്ചും ഇടിച്ചും പൊടിച്ചും ചേർത്ത്
ഇളക്കി തയ്യാറാക്കുന്നത്.

ഇടറുന്ന
ഇഴയുന്ന
വിതുമ്പുന്ന
കഥകൾ പറയുന്നവർക്കിടയിൽ
അനുഭവച്ചൂടിന്റേയും
വെന്ത കാലത്തിന്റേയും
ഇടക്ക് നിന്നാണ്
നാടൻ ദഹണ്ഡക്കാരൻ

സത്ത് പിഴിഞ്ഞെടുത്ത്
ചേർത്തിളക്കുന്നത്
ഏറ്റവും മുന്തിയ വിഭവമായി
വിളമ്പിത്തരുന്നത്

സ്വയം ഒരാൾ ഉരുകി
ദഹണ്ഡം ചെയ്തിട്ടാണ്
എരുവും മധുരവുമായി
ജീവിതത്തിന്റെ രുചി നുണയുന്നത്.

●

തലൈവിയുടെ സംസ്ക്കാരം

പ്രസിഡൻറും
പ്രധാനമന്ത്രിയും
ഗവർണ്ണന്മാരും
മുഖ്യമന്ത്രിമാരും വന്നു

എം എൽ എ മാരും
നാട്ടുകാരും
പാർട്ടിക്കാരും
പട്ടാളവും
പോലീസ്സും വന്നു.

ഒടുക്കം
അവർ വന്നു
ഇറക്കി കിടത്താൻ
നിത്യശാന്തിയുടെ
അറവാതിൽ
ആണിയടിച്ച്
ഭദ്രമായി ഉറപ്പിക്കാൻ

മഹത്തായ വർഗ്ഗത്തിന്റെ
പ്രതിനിധികൾ
ചുറ്റികയുമായി
●

ജുനൈദ് *[1]

നിന്റെ രക്തം വീണ ബോഗിയാണ്
എന്റേതും
നിന്റെയൗവ്വന ദേഹം ഏറ്റു വാങ്ങിയ
അമ്മയാണ് എന്റേയും മാതൃഭൂമി
നിന്റെ രക്തസാക്ഷിത്വത്താൽ
പൊള്ളുന്ന വീടാണ്
എന്റേതും
നിന്റെ നഷ്ടത്താൽ കേഴുന്നവർ
എന്റേയും സഹോദരങ്ങൾ.

വർഗ്ഗീയതയുടെ നിർലജ്ജയിലും
കാട്ടാളത്തത്തിന്റെ ഹുങ്കിലും
ഞങ്ങൾ നീറുന്നുയെങ്കിലും
ഞങ്ങൾ പൊരുതുന്നു :
സത്യം പറയുമ്പോൾ തളർച്ചയില്ല.

ജുനൈദ്
അവർ ജയിക്കുകയല്ല
എത്ര പേരെ കൊന്നാലും
തോൽക്കാനുള്ള ഇന്ധനമാണ്
അവരിൽ കത്തിത്തീരുന്നത്.
ജയിക്കുന്ന ചരിത്രമാണ്
മനുഷ്യന്റേത്.

●

1 * ട്രെയിനിൽ ഇരിക്കുന്ന സീറ്റ് ഒഴിഞ്ഞ് കൊടുക്കാൻ പറഞ്ഞ് ഉയർന്ന ജാതിക്കാരുടെ മർദ്ദനമേറ്റ് രക്തസാക്ഷിയായ യുവാവ്.

പ്രളയാനന്തര പൊങ്കൽ ആഘോഷം

നാലഞ്ചുനാളുകൾ
സൂര്യനെ കാണാഞ്ഞാൽ
എന്തെന്തു ദുരിതം
നാം തൊട്ടറിഞ്ഞു, പിന്നെ
എത്ര ഭയന്നുപോയ്
എന്തൊക്കെ നഷ്ടമായ്
എത്രപേർ വിട്ടുപോയ്
എല്ലാം പ്രളയശേഷം നാം
അറിഞ്ഞതും
സൂര്യനെ കാണാൻ
കൊതിച്ചുപോയ് നിന്നതും
ഓർമ്മയുണ്ടോ, നമു-
ക്കീയാണ്ടിൽ പൊങ്കലിൽ
സൂര്യനെയേറെ നമിച്ചിടേണം

നമ്മിൽ കരിമ്പായ്
പരസ്നേഹ മാധുര്യ-
മിത്രമേൽ തുള്ളി-
ത്തുളുമ്പി നിന്നുള്ളതും
പാൽനുരപോൽ നമു-
ക്കുള്ളിൽ വിഭാഗീയ
തീണ്ടൽ ഒഴിഞ്ഞു നാ-
മൊന്നെന്നു പൊങ്ങി-യുയർന്നതും, നാം കേറി
യിന്നോളം പോകാത്ത പള്ളിയിൽ

മോസ്ക്കിൽ മഹാക്ഷേത്ര മുറ്റത്തു-
മൊക്കെ പരസ്പരം
പർദ്ദയും പാളസ്സാർ
കൊന്തയുമിട്ട
ചപ്പാത്തിയും ഗുർബാനി
പാടിയും നമ്മെ
തിരിച്ചറിവുള്ളോരായ്
മാറ്റിയ സൂര്യനെ
ഈയാണ്ടിൽ പൊങ്കലിൽ
നാമൊന്ന് നാമൊന്നായ്
നിന്നേ നമിക്കണം.
ഉള്ളോനുമില്ലാത്തോൻ
എല്ലാമൊരുപോലെ
ആകാശത്തേക്കു കൈ-
പൊക്കി ഒരു പൊതി
ച്ചോറിനായ് കെഞ്ചുന്ന-
തെങ്ങിനെ; ഉണ്ടാക്കി
ച്ചേർത്തു വെച്ചുള്ളവ-
യെല്ലാം തുണക്കില്ലാ-
അതെല്ലാമേ വ്യർത്ഥ
മെന്നിത്ര പഠിപ്പിച്ച
നാലഞ്ചു നാളുക-
ളീയാണ്ടിലല്ലോ
ഒഴുകിക്കടന്നുപോയ്
പൊങ്കലിൽ ഹേ സൂര്യാ,
എന്നു നമിക്ക നാം.

ഇത്തിരിത്തുണ്ടു
സ്വർണ്ണക്കിഴങ്ങീമഞ്ഞൾ
ഉൾത്തടം പോലൊരു
വെറ്റിലക്കീറുമായ്
മണ്ണേ, അതിൽ വിയർ-
പ്പായ് നിന്നു നീറിയ
അദ്ധ്വാന ദൈവമേ,
എന്നു നിനച്ചു നാം
എല്ലാ ഗർവ്വും ഉട-

ച്ചഗ്നി തെളിയി-
ച്ചയർത്തി കാണിക്കുക
സൂര്യനു നേർക്കായി,
ഹേ സൂര്യാ, ഹേ സൂര്യാ
എന്നു നമിക്കുക.
●

കൗശലവസ്തു

പുറത്താണ് ബുദ്ധൻ
എന്തിനോ ആർക്കോ
വെറും കൗതുകച്ചിഹ്ന-
മെന്ന പോൽ, കല്ലിൽ
കടഞ്ഞു പ്രതിഷ്ഠിച്ച ബിംബം,
വെറും ദ്വാരപാലക-
നല്ലെങ്കിൽ പൂന്തോട്ട
സൗന്ദര്യ ബിംബം പോൽ
പുറത്താണ് ബുദ്ധൻ

അപാരമാഢംബരം,
ദ്വേഷചിന്ത, അന്യ-
സ്വത്താഗ്രഹിക്കൽ, അപഹരിക്കൽ
ഹിംസ ചിന്തയെന്നിത്യാദി
എല്ലാം വെടിയൽ
കാമത്തെ ജയിക്കൽ
അത്യാർത്ഥികൾ വിട്ട
തൃപ്തിപ്പെടൽ, ഉള്ളിൽ
സഹിഷ്ണുതാ ഭാവം
വരിക്കലെന്നീ ബോധ-
തത്വ പ്രബോധനം
തന്ന ശ്രീരൂപം;
അകത്തല്ല
ഇന്ന് പുറത്താണ് ബുദ്ധൻ.

കോടാനുകോടി
കുമിഞ്ഞോരഴിമതി
ചെയ്തില്ലയെന്ന്
മുഴുത്ത നുണയായ്
പ്രസ്താവ്യം, അനാശാസ്യ
ബന്ധങ്ങളെല്ലാം
പറയാനിരിക്കുന്നിടത്ത്
കിടന്നും ഇരുന്നും
തലമാത്രം കൊത്തി
എടുത്തും, അഴകും
നിറക്കൂട്ടും നൽകി.

ചതിച്ചില്ല, കാട്ടി-
ക്കൊടുത്തില്ല, കണ്ടില്ല
കേട്ടില്ലയെന്ന്
അസത്യം ഛർദ്ദിക്കു-
മതിഥിയറയി-
ലലങ്കാര ദീപ-
പ്രഭയേകി വെച്ചും
സ്വയം മേനികാട്ടും
മനുഷ്യനിൽ നിന്നും
അകന്നകന്നേറെ
പുറത്താണ് ബുദ്ധൻ

അകത്തില്ല ആ മഹത്-
സന്ദേശം, ബുദ്ധ-
സ്മരണ , പരസ്പര-
സംഘ പ്രബുദ്ധത
ആശയം, വാഴ്‌വിൽ
ശരിത്തലം പോൽ നനു-
ത്തുള്ളിൽ ചുമക്കേണ്ട
സത്ചിതാകാശം,
മനുഷ്യപ്പൊങ്ങച്ച-
ക്കൊഴുപ്പായ്, കുഴിച്ചിട്ട
കല്ലായ് പുറത്താണ് ബുദ്ധൻ.

●

നിരപരാധി

അവർ പറയുന്നു കുറ്റവാളിയെന്ന്
എനിക്കറിയാം കുറ്റവാളിയല്ലെന്ന്

ഏകാധിപത്യത്തിന്റെ എതിരാളി
നിരപരാധിയാണ്

നാക്കിലൊരു ഇടിമിന്നലിന്റെ പ്രവാഹം
അഴികളും കൽത്തുറങ്കും
മഞ്ഞുപാളിപോൽ
ഇപ്പോൾ അവ്യക്തം

ഇമകളിൽ
ഒരു കനം
അനങ്ങാനാവാത്ത ബന്ധനത്തിൽ
പരീക്ഷണ റോക്കറ്റ്പോലെ
എത്ര വേഗമാണ്
ഷോക്കേറ്റ് മുക്തിനേടൽ

അനന്തയിൽ വിലയിക്കുംപോലെ
ഒരു ശാന്തത

ഇപ്പോൾ കുറ്റവാളിയല്ല
തുടങ്ങും മുൻപെ ഒടുങ്ങിയ
ഒരു ഗീതം
നിശ്ചലം.

●

പരിശീലനം

രണ്ടടി വീതി
രണ്ടടി ഉയരം
അഞ്ചേ മുക്കാലടി നീളം

യാത്രയുടെ നീണ്ട രാവുകളിൽ
അടങ്ങിക്കിടക്കാൻ
തീവണ്ടി ബർത്ത്

മലകരളുന്ന കാട്ടുമൃഗത്തിന്റെ
അമറൽ
ഒരു വശത്തെ കൂർക്കം വലി

ക്വാറികൾ പിളരും പോലെ
മുകളിൽ നിന്ന് ഉച്ചത്തിൽ
വളിയൊച്ചകൾ

ഭയപ്പെടുത്തുംപോലെ
ഏമ്പക്കങ്ങൾ കീഴേ നിന്ന്

ഉറങ്ങാൻ കിടന്ന മദ്ധ്യനിരക്കാരൻ
കൈകൾ നീട്ടി
കാൽകൾ നീട്ടി
കഴുത്ത് പിന്നോട്ട് വളച്ച്
അച്ചടക്കത്തിൽ

യാത്രാന്ത്യത്തിനുള്ള
പരിശീലനംപോലെ
നിസ്സംഗശയനം
വെള്ള പുതച്ച്

●

പതിവ്

രണ്ടു വയസ്സുകാരിയെ
ബലാത്സംഗം ചെയ്തുകൊന്നു
വീട്ടിൽ കയറി
വൃദ്ധയെ കൊന്ന്
പണവും ആഭരണങ്ങളും
കൊള്ളയടിച്ചു

ദളിതനെ
തിരക്കുള്ള നഗര മദ്ധ്യത്തിൽ
പട്ടാപ്പകൽ വെട്ടിക്കൊന്നു
ആളുകൾ നോക്കി നിൽക്കേ
വീച്ചരിവാളുകൾ മുതുകിൽ തിരുകി
അക്രമികൾ
ബൈക്കിൽ രക്ഷപ്പെട്ടു.

ചായ കുടിച്ച്
ചിറി തുടച്ച്
വായിച്ച പത്രം മടക്കിവെച്ച്
ഒട്ടും അസ്വസ്ഥതയില്ലാതെ
മറ്റൊരു ദിവസത്തിന്റെ
തിരക്കിലേക്ക് ഒരുങ്ങിയിറങ്ങാൻ
ഉന്മേഷത്തോടെ കുളിക്കാൻ പോയി
പതിവുപോലെ.

വിഷുക്കളി

അത്രമേൽ ഒളിപ്പിച്ചു
വെച്ചതെന്തിനായ്, പിന്നെ
പൂത്തിരിക്കുന്നു എന്ന്
കാട്ടുവാൻ കാറ്റിൽ സ്വയം
രണ്ടിതൾ താഴേക്കിട്ട്
പൊൻവിഷുക്കണി നാളിൽ
അത്ഭുതപ്പെടുത്തുന്നു
മുറ്റത്തെ കണിക്കൊന്ന.

അകലെ വഴിയോരം
നിൽക്കുന്ന വൃദ്ധൻകണി-
ക്കൊന്നതൻ തലപ്പറ്റം
ഇന്നലെ പൊത്തിക്കേറി
പൂത്തൊരു കുലപറി-
ച്ചൊരുക്കി കണി; പൂത്തു
മുറ്റത്തു നീ നിൽക്കവേ,
കളിപ്പിക്കയോ രസം!

●

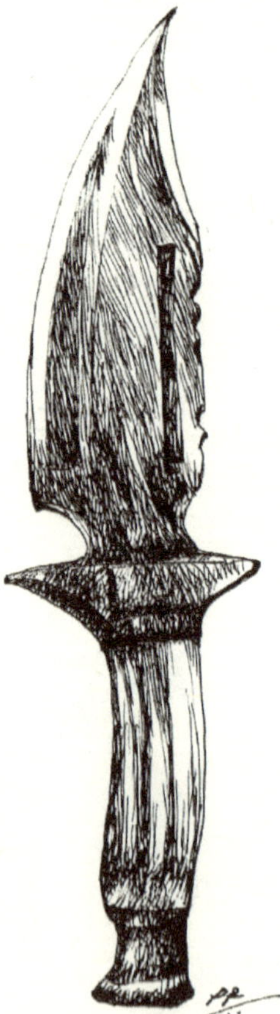

കത്തികൾ

നീളത്തിന്റെ അകലത്തിന്റെ
അലകിന്റെ കനത്തിന്റെ
വ്യത്യാസമല്ലാതെ
മൂർച്ചയുടെ സ്വത്വഭാവത്തിൽ
ഏകതാനതാഭാവം

പിറവികൊണ്ട്
മുറിവിന്റെ പുഞ്ചിരി
തെളിഞ്ഞ ചുണ്ടുള്ളവർ
ഇറച്ചിയിലാവുമ്പോൾ
ഭ്രാന്തഭാവം
മരങ്ങളിൽ
നിർദയഭാവം
കല്ലുകളിൽ
ദൃഢഭാവം
കായ്കറികളിൽ
ഹർഷഭാവം
കർത്തവ്യത്തിൽ
ബദ്ധശ്രദ്ധരായവർ
കർമ്മത്തിൽ
കൃത്യതയുള്ളവർ

മുറിവുകളുടെ നിണധാരയിൽ
നിർവികാരത

കനികളുടെ മധുരം നുണയലിൽ
നിർമമത.

വെറുതെ ഇരിക്കുമ്പോഴും
വെറുതെ ചിരിക്കുന്നവർ.

●

കാലിക്കാലം

കാലിക്കാലം കുതിക്കുന്നു, പൂണൂൽ
പത്തി പൊക്കി മദിക്കുന്നു, കയ്യിൽ
വർണ്ണസർപ്പം, മിഴികളിൽ സംഹാര
തീ പടർത്തി അഹങ്കാര ഭാവത്തിൽ
ചീറിത്തുപ്പുന്ന സത്യങ്ങളാവോളം
നീറ്റി നീറ്റി പിടിപ്പിച്ചു മുക്രയി-
ട്ടുത്സവംപോലെ കൊണ്ടാടി, കൊമ്പുകൾ
വിദ്വേഷത്തിൻ കൊടി പറപ്പിക്കുന്നു
ശത്രുഭാവം പെരുക്കുന്നു, സൗമ്യമാ-
മന്തരീക്ഷം അടർക്കളമാക്കുന്നു,
വിള്ളൽ വീഴ്ത്തി പിളർത്തി തകർക്കുന്നു
നെഞ്ചിൻ കൂട്ടുകൾ കുത്തിക്കുടയുന്നു
ചൂഴ്ന്നു നോക്കുന്നടുക്കള ഗന്ധങ്ങൾ
തങ്ങൾക്കിഷ്ടമായില്ലെങ്കിൽ ക്രുദ്ധമായ്
കുറ്റം ചാർത്തി തെരുവിലിഴക്കുന്നു
കൊന്നൊടുക്കുന്നു മാംസവിചിന്തിതർ
ദേശപ്പാതതൻ ഓരങ്ങളിൽ വൃക്ഷ-
ക്കൊമ്പിൽ കാലിക്കാർ തൂങ്ങി ചീഞ്ഞീടുന്നു
ദാഹനീർക്കിണർ പാഴാക്കി മാറ്റുന്നു
മൂകമാവുന്നു ഗ്രാമങ്ങൾ ഭീതിയാൽ
കൊത്തിക്കീറുന്നതിർത്തികൾ സാമൂഹ്യ-
ബന്ധങ്ങൾ, വരമ്പോരോന്നറുക്കുന്നു
ഭേദ്യന്യായം അടിച്ചമർത്തീടുന്നു
പുത്തൻ നീതിക്കുളമ്പുകളിങ്ങെങ്ങും

കാലിക്കാലത്തിലേക പ്രഭുവൊരാൾ
ആയിരം കൈകൾ നീട്ടി മറയ്ക്കുന്നു
കാഴ്ചയും നേരും, വീണ്ടും ഹിരണ്യായ
കാലം; ളുണ് പിളരാതെ നിൽക്കുന്നു
ക്ലരകൾ തോറും വേവുന്ന നോവുകൾ
ഏന്തി എങ്ങുമടിക്കുന്ന കാറ്റതിൽ
ഓരോരോ വിരൽത്തുമ്പിലും പന്തങ്ങൾ
നാളെ കത്തും പ്രതിഷേധം നിശ്ചിതം

●

അടിസ്ഥാനം

കടപറഞ്ഞിന്നോളം പോന്നതില്ല, കിനാ-
ച്ചെരുവുകളിലിപ്പോഴും പൂവ്വാംകുരുന്നില
തലനീട്ടി ലൗക്യം പറഞ്ഞു ചിരിക്കുന്നു
പരിചയം വീണ്ടും പുതുക്കിത്തളിർക്കുന്നു.
മതിവരുന്നോളം കുളിർ തരാനായില്ലെ-
ന്നിറ്റു നൈരാശ്യത്താൽ നെറ്റി വിയർപ്പില്ലൂ-
ട്ടുയരുന്ന ക്ലുലിപ്പണി മണം രാത്രിയാ-
മങ്ങളിൽ അരികിൽ വന്നെത്തി മടങ്ങുന്നു.
മിഴികലങ്ങി, മുഖംവാടി, ഒരോട്ടുകി-
ണ്ണത്തിൽ കുടിക്കാതെ കൈക്കുത്തരിക്കഞ്ഞി
കരുതി വെക്കാറുള്ള കാരുണ്യത്തിൻ ധന്യ-
മൃദുകരം വന്നു നിലാവായ് തലോടുന്നു.
ഇടവഴികൾ, ആറുകൾ, കടവുകൾ, പള്ളിമൈ-
താനങ്ങൾ, നിറകുളം, നിഴലുകൾ, നെറുകയിൽ
വെൺഗോപിയിട്ടോടി വഴുതും മീൻ കണ്ണികൾ
ഒക്കെയും ആർപ്പു വിളിച്ചാർത്തടുക്കുന്നു.
വന്നോരെയൊക്കെ വളർത്തിയുയർത്തിയി-
ട്ടിന്നും വളരാതെ നിൽക്കുന്ന പ്രാരംഭ
പള്ളിക്കൂടത്തിൻ ചരൽ മുറ്റമൂഞ്ഞാൽ പോൽ
താഴ്ന്നെത്തിനോവും മധുരവുമേകുന്നു.
വെയിൽ നീറ്റിപ്പോയൊരു പ്രണയവരമ്പുകൾ
കനൽ നീറ്റിച്ചുട്ടൊരു വറുതിക്കടമ്പകൾ
ഇടിമുഴങ്ങും മൗനം കലികൊണ്ട നാളുകൾ
ഒരുവൻ അമൂർത്തചിത്രം പോൽ നിവരുന്നു.

കടമുറിയുന്നില്ല നെടിയ വേരോരോന്നും
നിനവിൽ തുളച്ചെത്തിപോയൊരാ കാലങ്ങൾ
ഇഴുകിയ മണ്ണതിൽ നിന്നേയുയർത്തുന്നു
എവിടെയാണെങ്കിലും ആരേയും എന്നുമേ.

●

മഹാദീനക്കാലം

മൂന്നടിയടുത്താലളക്കുന്ന മൂവുലകും
താഴ്ത്തുന്ന പിന്നെ പാതാളത്തിലേക്കത്ര-
ശക്തമീ വാമനപ്പേദീനവ്യാപനം
മർത്ത്യൻ നടുങ്ങിക്കുനിഞ്ഞ ബലിപർവ്വം
നടകൾ തുറക്കുന്നില്ലമ്പലമണികളും
മൂകമായ്, പള്ളികളിലില്ല കുർബാനകൾ
കൂടിച്ചേർന്നില്ല നിസ്ക്കാരങ്ങൾ, ഒക്കെയും
അകന്നകന്നാണില്ല ആലിംഗനങ്ങളും
കോടതികൾ ന്യായവിസ്താരങ്ങളും നിർത്തി
ചന്തകളിൽ ശാന്തത, മൗനശ്മശാനം പോൽ
മൂടിപ്പുതച്ചും മുഖം മൂടിയും കെട്ടി -
ഓടുന്നു സർവ്വരുമിരുൾ ചൂഴ്ന്ന തീരത്തിൽ
വർഗ്ഗീയതാചിന്തയില്ല, മദിച്ചാർക്കും
മാത്സര്യ-വ്യാപാരലോഭമോഹങ്ങളി-
ല്ലാർക്കും വിശപ്പില്ല, ആശ്ചര്യമാഹ്ലാദ-
ദാഹങ്ങളില്ല, വെറും നിസ്സഹായത.
മരണക്കാറ്റെത്തിയോ, ബന്ധമോരോന്നക-
ന്നകലേക്ക് പോകുന്നു ദിനവും ഏകാന്ത-
ത്തടവിലടഞ്ഞുപോയ്; നേരമടുത്തുവോ,
മിഴികളടഞ്ഞു പടർന്നുവോ ശൂന്യത.
ഹൃദയ മിടിപ്പുകൾ, നിശ്വാസക്കാറ്റുകൾ
സൗമ്യം പരസ്പര സ്നേഹത്തിൻ സാന്ത്വന-
ത്തഴകൽ, അതൊന്നുമേയില്ലാതെ ഏവരും
തോൽക്കയോ, എത്ര നിസ്സാരർ നാം ഓർക്കവേ

ഒരു കരം ഒപ്പം ഒരായിരം കൈകൾ
ഉയിർക്കുന്നിരുളാഴത്തിരശ്ശീല കീറുന്നു
സ്വയം മർത്ത്യകുലനാളമണയാതെ കാക്കുവാൻ
ശാസ്ത്രം തിരയുന്ന സൂര്യ സൂചിമുഖം

●

ഗുഹാന്തുഴൽ

മുറിപ്പെട്ടുത്തും മുൾ മുനകൾ നിറഞ്ഞ്
ഓരോ അഗാധ ഗർത്തങ്ങൾക്കിടയിൽ
നിറമറ്റ് ഇടുങ്ങിയ വഴിയിതിൽ യാത്ര
ഇരുൾ ഗുഹാന്തുഴൽ ഇക്കാലത്ത് ജീവിതം
തിരിച്ചറിയാനായിട്ടുന്നില്ല ആരേയും
കണ്ടാൽ അണക്കുവാനല്ല തിട്ടുക്കം
ഓരോ വിധത്തിൽ അകറ്റാനായ് തന്ത്രം
അതിനിടയിൽ
വാക്കൊന്നു കടുത്താൽ
നോക്കൊന്നു പിഴച്ചാൽ
കുത്തേറ്റു പിടഞ്ഞു വീഴൽ
പിന്നെ ഏറെ നാൾ
ചോരച്ചാൽ നീന്തൽ
ഇഴഞ്ഞുവന്നും
കുതിച്ചാക്രോശമായും
ചതിച്ചതീയുണ്ടയുതിർത്തും
രാവുകളെ വെട്ടി കുറാക്കുന്നു
അതു പിന്നെ ചർച്ചകളിൽ
ന്യായങ്ങളാക്കുന്നു
കറുത്ത മൗനങ്ങൾ ബാക്കിയാക്കുന്നു
വീർപ്പുമുട്ടിപ്പിടഞ്ഞും ഇഴഞ്ഞും
തിരയുന്നിതങ്ങേ തലക്കൽ വെളിച്ചം
ഇനിയെത്ര ദൂരം ഗുഹാന്തുഴലാവോ
മറുതലയെത്താൻ, നിവർന്നൊന്നു നിൽക്കാൻ

●

സംപൂജ്യൻ

എങ്ങുപോകണം, ചോദിപ്പൂ കണ്ടക്ടർ
എങ്ങുപോകണം, ഞാനുമാലോചിപ്പൂ
എങ്ങുപോകാൻ കയറിയതീ ബസ്സിൽ
എന്തു ഞാൻ പറയേണ്ടൂ അറിവീല

വീണ്ടും ചോദിപ്പൂ കണ്ടക്ടർ ടിക്കറ്റ്
വാങ്ങുവാൻ കണ്ണുകാട്ടിപ്പറയുന്നു
എന്തു ഞാൻ പറയേണം, സ്മൃതിത്തെളി-
വില്ല, ചൊല്ലുവാൻ ഒന്നും കിട്ടുന്നില്ല.

എങ്ങുപോകുവാൻ ബസ്സിലേറി, ഇത്
എങ്ങുപോകുന്ന ബസ്സ്, പരുങ്ങുന്നു
ഒന്നു ചിന്തിച്ചിടട്ടെ എന്നോതവെ
കണ്ടക്ടർ കളിയായിച്ചിരിക്കുന്നു.

എങ്ങും പോകേണ്ടിറങ്ങിക്കോളാം എന്ന്
ചൊല്ലുവേ, തോന്നുംപോലെ ഇറങ്ങുവാൻ
കേറുവാൻ ഇത് ഭ്രാന്തരായുള്ളോർക്ക്
വേണ്ടിയുള്ളതല്ലെന്ന് കയർക്കുന്നു.

എന്തു ചെയ്യുവാൻ; ബസ്സെങ്ങ് പോകുന്നോ
അങ്ങോട്ടേക്കൊരു ടിക്കറ്റ് നൽകുക
എന്ന് ചൊല്ലിതൻ പാന്റിൻ പോക്കറ്റുകൾ
തപ്പവേ, പാന്റുമില്ലെന്നറിയുന്നു!

●

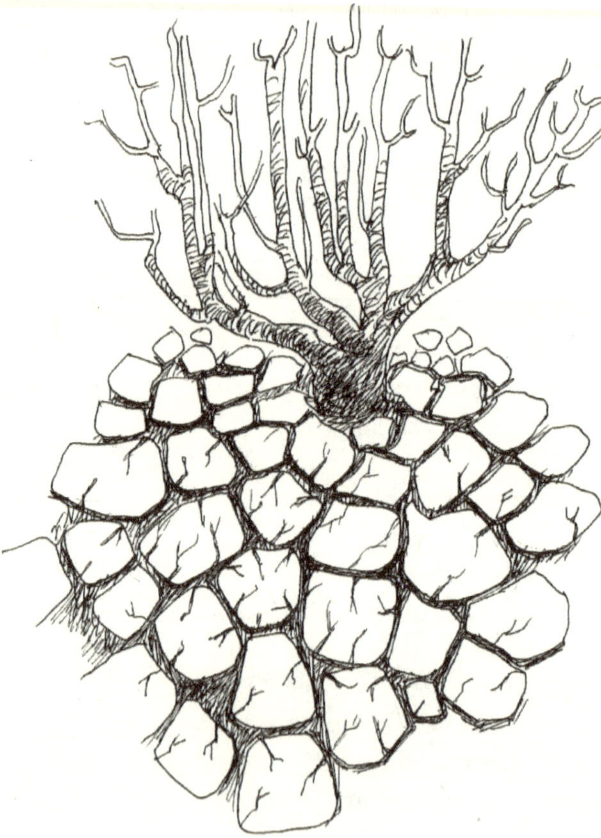

വിളിച്ച കൂവൽ

കാലം മണി മുഴക്കുന്നു പതുക്കെയായ്
പൊള്ളുന്ന വേനൽ തൻ മുന്നറിയിപ്പുമായ്
ദേശാടനക്കിളിക്കൂട്ടം പോൽ മർത്ത്യരും
പായും വരൾച്ചയടുത്തെന്ന നാന്ദിയായ്
തളരുന്ന പാദങ്ങളിൽ തൂങ്ങി നിറവായി
വരവത്രെ തീക്കാല ദുരിതങ്ങൾ തെരുതെരെ
വരളുന്ന നദികൾ, കുളങ്ങൾ, തടാകങ്ങൾ
താഴുന്ന ജലനിരപ്പേറെ പതിവിലും
കത്തും വിരൽ ചൂണ്ടി വൃക്ഷങ്ങളൊക്കെയും
നഗ്നമായ് ദാഹിച്ചു നീറി നിന്നീടുന്നു
ക്രുദ്ധമായ് മോറിക്കഴുകിക്കമഴ്ത്തിയ
ആകാശം മേലെ ജ്വലിച്ചെരിഞ്ഞീടുന്നു
വനജീവിക്കൂട്ടം നടന്നെത്തി താണ്ഡവ-
മാടിമെതിക്കുന്നു, കുറ്റവാളിക്കൂട്ട-
മെന്നവർ മർത്ത്യരെ നോക്കിയമറുന്നു
കയ്യേറിക്കൊന്നോരായ് കുറ്റം ചുമത്തുന്നു.
വീണ്ടുകീറി വയൽ, വാപിളർന്നിറ്റുനീർ
എന്നു യാചിക്കുന്നു കിണറുകൾ, കുഴലാഴ്ന്ന്
തേടിയലഞ്ഞു പരാജയക്കാറ്റുകൾ
മാത്രം ചുമന്ന് ഛർദ്ദിക്കുന്നു മഞ്ഞനീർ
നീണ്ട പാലായനത്തിൻ വഴിച്ചാലുകൾ
തലതല്ലിക്കത്തുന്നു ഏതോ ഭയത്തിന്റെ
ഈണത്തിലൊരുദീന സ്വരമെങ്ങും വെയിൽനാള-
ത്തുമ്പിൽ മുരളുന്നു മരുഭൂവിലെന്ന പോൽ

സ്വന്തം കൃതാനർത്ഥം ഈ സുന്ദരഭൂമി
പൊള്ളിച്ച ജീവന്റെ ക്ഷുന്മൃണക്കും രാസ-
മാലിന്യ-മക്രമ-നാശങ്ങളാൽ തകർ-
ത്തില്ലാതാക്കും ജീവി, മർത്ത്യതേ, നീ മാത്രം.

●

വൃദ്ധന്റെ പരിശീലനം

മദ്ധ്യവയസ്സ് താണ്ടിയാൽ
ഭയത്തിന്റെ തിക്കുമുട്ടലുണ്ടാവും
വണ്ടിയോടിക്കുമ്പോൾ

നിയന്ത്രണങ്ങളുടെ കുരുക്കുകൾ
കുടുങ്ങിവീഴുന്ന തടസ്ഥങ്ങളാവും
യൗവ്വനത്തിലെ ധീരത പിന്മാറും
വൃദ്ധവയസ്സിന്റെ ഭയം മുന്നിൽ കയറും.

സൈക്കളോടിച്ചെത്തുന്ന
കൊച്ചു പെൺകുട്ടിപോലും
ഭീകരമായ അപകടമെന്ന് തോന്നും
വലിയ വാഹന രൂപങ്ങൾ
വിഴുങ്ങാൻ വരുന്ന ഭൂതങ്ങളെന്ന് തോന്നും.

പിന്നിൽനിന്നും മുന്നിൽനിന്നും
ഒരുപോലെയുള്ള ആരവങ്ങളാൽ
വിയർത്തും നടുങ്ങിയും
പെട്ടെന്ന് തളർന്നുപോവും
സ്റ്റിയറിങ്ങിന്റെ നിയന്ത്രണം മറന്ന്
ആക്സിലേറ്ററിന്റെ നടുവമർത്തി
ഒരു മിന്നൽപോലെ
എല്ലാം പെട്ടെന്ന് തീരും.

വയസ്സന്റെ വണ്ടിയോടിക്കൽ
തളർന്നുപോയ പ്രതീക്ഷ മാത്രം.

●

സ്വർഗ്ഗം

കേന്ദ്രീയ നിയന്ത്രിത കുളിർമ്മ പകരുന്ന
സംവിധാനവും നല്ല നനുത്ത തുമെത്തയും
പുതക്കാൻ രസായിട്ടുണ്ടൊരു നൽ രസായിയും
നിശ്ശബ്ദം എങ്ങും, പക്ഷേ ഉറങ്ങാനാവുന്നില്ല.

നക്ഷത്ര സത്രം, എല്ലാം വേണ്ടതിലേറെ, എന്നാൽ
വെറുതെ കിടപ്പാണ് കണ്ണടക്കാതീ ഞാനും
വർണ്ണതാരകംപോലെ മേലാപ്പിൽ രാവെട്ടവും
നേരമേറെയായ്, എന്തോ വീർപ്പുമുട്ടുന്നുണ്ടൽപം.

നമുക്കാവുകില്ലയീ സമൃദ്ധമായുള്ളവ
ഏതുതാനെന്നാകിലും, മേനിയിൽ ഒട്ടാതുള്ള
തന്റേതല്ലിതർഹമല്ലിത്, വേണ്ടെന്നേ തോന്നും;
ഉറക്കം ഇല്ലാതാവാൻ വേറെന്തുതന്നെ വേണം?

പഴക്കം ഏറെയുള്ള കോസടി, എന്റെത്തന്നെ
മെഴുക്കു പുരണ്ടതാം അടയൻ തലയിണ
എൻജനാലയിലെത്തി നോക്കുന്ന നിലാവാനം;
എനിക്കെൻ സ്വർഗ്ഗം അതു മാത്രമാണതുമതി

●

മന്ദാരങ്ങൾ പൂക്കുമ്പോൾ

പ്രണയ മന്ദാരങ്ങളേറെ സമൃദ്ധമായ്
പൂക്കാൻ തുടങ്ങിയ കാലത്തൊരു ദിനം
തിരശ്ശീല നീക്കിയാൽ കാണുംപോൽ നിൻമുഖം
കാൺകെ നീയറിയാതെ നീ നിറഞ്ഞന്നെന്നിൽ

ഒരു വൃശ്ചികക്കുളിർ സന്ധ്യയിൽ നിഴൽപോലെ
നീ തെന്നി മാറിയ നേരം നിലാവൊളി
നിൻമുടിച്ചാർത്തിലെ നന്ത്യാർവട്ടപ്പൂവിൽ
മിന്നിത്തെറിച്ചപ്പോൾ ഉള്ളിൽ തരിച്ചുപോയ്.

കുറുനിരത്തുമ്പുകൾ വകയുന്ന നിൻകരം
ഇളകുമ്പോൾ സൗമ്യമായ് കിന്നരിക്കുന്നൊരാ-
വളകൾ നിറം ചിന്നി പ്രസരിച്ചിളകവെ
മലർ മുല്ല നറുമണം എന്നെത്തഴുകിപ്പോയ്.

നെടുവരമ്പിൽ പുലർ മഞ്ഞണിപ്പുൽക്കൊടി
കൊലുസിൽ സംഗീതമായ് ചിതറിത്തെറിക്കവെ
മഴവിൽ നിറങ്ങളിൽ ചുഴലും ഉടുപ്പിന്റെ
വടിവിൽ നിൻ ഉടലാട്ടം കളംപാട്ടായന്നെന്നിൽ.

ചൊരിയും മഴക്കാലമൊന്നിൽ നീയലസമായ്
വരിവെള്ളം തട്ടിത്തെറിപ്പിച്ചുപോകവെ
വിരൽകൊണ്ടു മുദ്രകൾ കാട്ടി വരച്ചതെൻ
ഹൃദയത്തിൽ ജീവിതക്കൂട്ടക്ഷരങ്ങളായ്

നീ കണ്ടതില്ലെന്നെ, എങ്കിലും എങ്ങനെ
നീയന്നറിഞ്ഞു ഈ എന്നിലെ സ്പന്ദനം,
നീ പിന്നെ നിറമായി എന്നിൽ സമൃദ്ധമായ്
ഞാൻ നനഞ്ഞതിലിന്നും നിൽക്കുന്നു മുഗ്ദനായ്

●

സൂര്യജന്മങ്ങൾ

മരണമിത്രമേൽ സുഗമയുന്മാദമായ്
പടർന്നു കത്തും മഹാമാരിയായോരോ
ഗൃഹങ്ങളിൽനിന്നും ഇളയതും മൂത്തതും
ധനിക-ദാരിദ്ര്യ ഭേദങ്ങളില്ലാതെ
തെരുവുതോറുമീഭുവിയെങ്ങും കാട്ടുതീ
കാളിനീറവെ, നിസ്സഹായതത്വത്തിൽ
തളർന്നു നിൽക്കുന്നു, ആശ്വസിപ്പിക്കുവാൻ
തെല്ലുമാവാതെ പാവം മനുഷ്യന്മാർ
വീട്ടുകാരൊത്ത്, കൂട്ടുകാരോടൊത്ത്
നാട്ടുകാരായ എല്ലാരുമൊന്നിച്ച്
പുറംകറങ്ങുവാൻ, പുറംലോകം കാണുവാൻ
പോയകാലത്തിൻ സ്വാതന്ത്ര്യം നേടുവാൻ
ഒന്നുറക്കെ ചിരിച്ചും ആഹ്ലാദത്താൽ
കൈപിടിച്ചും ആലിംഗനം ചെയ്തും നാം
വീണ്ടും നമ്മുടെ ജീവിതത്തിൻ തനി-
സ്വത്വമെന്നിനി എത്തിപ്പിടിച്ചിടും.
എങ്ങും എന്നെന്നും പുത്തൻ വിലക്കുകൾ
ഭീതിതൻ വാക്കും കാഴ്ചയും, ചുറ്റിലും
ആജ്ഞയായ് അകലങ്ങൾ തൻ ദർശനം
വാളുയർത്തി പരിഹസിച്ചീടുന്നു
മാനസത്തിന്റെ മാർദ്ദവത്തിൽ അവ
വീർപ്പു മുട്ടിച്ചു കുത്തി നോവിക്കുന്നു.
എത്രയെത്ര കുടുംബം വിപുലമാം
സംഗമങ്ങൾ തിരിതെളിയിക്കാതെ

എത്രയെത്രയാഘോഷം നിറങ്ങളാൽ
കൊട്ടിക്കേറിത്തിമിർത്തു നിറക്കാതെ,
എത്ര ചർച്ചകൾ ആശയസംവാദ-
സന്ധ്യകാണാതിരുണ്ടു സംസ്ക്കാരികം;
എങ്ങും മൂകത, നീറിപ്പടർന്നെങ്ങും
പന്തലിട്ടിരിക്കുന്നു ഭയാശങ്ക

അറിഞ്ഞതൊക്കെയും ഇത്തിരി വിജ്ഞാന-
മാത്രമെന്നതറിയുവാനജ്ഞാത
ദണ്ഡവ്യാപനഹേതു നിയന്ത്രിക്കാ*[1]
നറിയാതുഴലവേ, ഇറ്റു കാർനിഴലിതിൽ
അന്ധരായ്പ്പോയ് മനുഷ്യരഹങ്കാര
ത്തണ്ടൊടിഞ്ഞു നടുങ്ങി വിയർക്കുന്നു.

എങ്കിലും തോൽക്കുകില്ലിതിൻ മുന്നിലും
തോളിലേറ്റി കുഴിച്ചിട്ടതുണ്ടേറെ
തോൽപ്പിക്കാൻ വന്നതാം മഹാമാരിക-
ളവയെയൊക്കെത്തുടച്ചെറിഞ്ഞുള്ളവർ
മർത്ത്യവംശം ജ്വലിച്ചിങ്ങുയർന്നിട്ടും
സൂര്യനെപ്പോൽ നവാമൃതക്കൂട്ടിന്റെ
കുംഭഗോപുരമേന്തും പ്രകാശമായ്
പുത്തൻ ലോകസംരക്ഷാഭടന്മാരായ്.

●

1 * കൊറോണവ്യാപനം

മെട്രോ

നാലുകാലിൽ കവച്ചുനിന്ന്
വർഷങ്ങളോളം തുരന്നു കൊണ്ടിരുന്നു
അവ നരകങ്ങളുടെ
പാതാളങ്ങൾ തകർത്തു
സ്വർഗ്ഗത്തിന്റെ
രണ്ടറ്റവും മുട്ടിച്ചു
മഴവില്ലുകളുടെ നിറങ്ങളുള്ള
ഭൂമിക്കടിയിലൂടെ
മണ്ണ്
മണല്
കല്ല്
എല്ലിൻ കൂടുകൾ
നിധികൾ
കിണറുകൾ
ജലജീവികളുടെ നീളൻ മുള്ളുകൾ
കപ്പൽ ഭാഗങ്ങൾ
എല്ലാം രാവോട്രാവ്
തുരന്നെടുത്ത് കടത്തിപ്പോയി
പകലെന്നോ രാവെന്നോ ഇല്ലാതെ
വെയിൽ മഴ മഞ്ഞ് എന്ന് നോക്കാതെ
അജ്ഞാത ജീവികളെന്നപോലെ
ഒരു ഭാഷയും സംസാരിക്കാതെ
ഉരുക്കു കമ്പികൾ കെട്ടി
സിമന്റു തൂണുകൾ മറിച്ച്

ഭീമൻ ബീമുകൾ പൊക്കി
എങ്ങുനിന്നോ വന്നവർ
സൂര്യനെപ്പോലും നാണിപ്പിച്ച്
ഉരുകിയുരുകി എത്രയോ നാളുകൾ
മെട്രോയുണ്ടാക്കാൻ അദ്ധ്വാനിച്ചവർ
ആരുടെ ഓർമ്മയിലുമില്ലാത്തവർ
തുരന്നു തുരന്ന്
രണ്ടറ്റത്തുനിന്നും
വെളിച്ചം ഹസ്തദാനം ചെയ്തപ്പോൾ
ഇരുമ്പു പാളങ്ങളും
വൈദ്യുതി ഞരമ്പുകളും
ചക്രവാളങ്ങളോളം ഘടിപ്പിച്ചപ്പോൾ
കണക്കു തെറ്റാത്ത ശാസ്ത്രമായി
പിന്നെയവൾ
മനോഹരിയായി അണിഞ്ഞൊരുങ്ങി
വെളിച്ചത്തിന്റെ പുടവ ചുറ്റി
ചൂളമടിക്കാതെ ശബ്ദരഹിതയായി
അവളങ്ങനൊഴുകിത്തുടങ്ങി.
അപ്പോഴും
നഗരപ്പാതയോരത്തെ
മുൾച്ചെടിയിൽ തൂങ്ങിക്കിടന്നു
രക്തസാക്ഷിയായ മെട്രോ തൊഴിലാളിയുടെ
ഉടഞ്ഞ ശിരോ കവചവും
കീറിയ റേഡിയം റിഫ്ളക്ടർ കുപ്പായവും
നിർമാതാവിന്റെ
മുഖചരായയോടെ

●

ചെറുതായൊന്ന് വെടിവെച്ച് കൊല്ലണം

ഗാന്ധിജിയുടെ കണ്ണട
ലേലത്തിൽ വിൽക്കാൻ വെച്ച
ജീവിതത്തിൽ ഇന്നേവരെ
ഗാന്ധിജിയെ കാണാനോ
ഒന്ന് തൊടാനോ
കഴിയാത്തവരേറെ ഉണ്ടായിരുന്നു
ലേലം കൊള്ളാൻ
ഗാന്ധിജിയുടെ കണ്ണട
നിശ്ചയിച്ച വിലയേക്കാൾ
കൂട്ടിക്കൂട്ടി വിളിതുടങ്ങി
ദൈവാനുഗ്രഹത്താൽ
ഭക്തനായ അയാൾ
ഗാന്ധിക്കണ്ണട ലഭിക്കാൻ
എത്ര വേണമെങ്കിലും ഇറക്കും
അത്രയും താൽപര്യമുണ്ട്
അയാൾക്ക്
ഗാന്ധിയുടെ കണ്ണടയിൽ
രത്നങ്ങളും പെട്രോളും
വിറ്റ് നേടിയതും
സർക്കാർ കടൻ എഴുതിത്തള്ളിയ
ധനസംഭരണിയും
അയാൾക്ക് സമൃദ്ധമുണ്ട്.
എങ്കിലും

അയാൾ അസ്വസ്ഥനായിരുന്നു
അയാളെപ്പോലെ
ഗാന്ധിക്കണ്ണടയിൽ താൽപര്യമുള്ള
ഗാന്ധിജിയെ കാണാൻ കഴിയാത്ത
ഒരിക്കലെങ്കിലും
വെറുതെയൊന്ന്
വെടിവെച്ച് കൊല്ലാൻ ആഗ്രഹിക്കുന്ന
അയാളെപ്പോലെ അനേകർ
ലേലത്തിനെത്തിയിരുന്നു

ലേലത്തിൽ വെച്ചിരിക്കുന്ന
ചർക്കയിലും
ഊന്ന് വടികളിലും
അയാൾക്ക് താത്പര്യമില്ല
ഗാന്ധിത്തൊപ്പി തീരെ വേണ്ട
കണ്ണട തന്നെ വേണം
ലേലത്തിൽ
ഗാന്ധിക്കണ്ണട
ലഭിക്കയാണെങ്കിൽ;
അയാൾ പദ്ധതിയിട്ടിട്ടുണ്ട്.
കണ്ണട ആദരപൂർവം
ഏറ്റു വാങ്ങും
മുന്നിൽ നിവർത്തി വെക്കും
വിനയം കിനിയുംവണ്ണം
താണ് തൊഴുതു നിൽക്കും
പിന്നീട് തോക്കെടുത്ത്
വളരെ പെട്ടെന്ന്
ആദ്യം രണ്ടു ചില്ലുകളും
വെടിവെച്ച് തകർക്കും.

കണ്ണടക്കാലുകളും
ഫ്രെയിമും
ഒടിച്ചൊടിച്ച്
ചിതറി എറിയും
അപ്പോഴെല്ലാം
റിക്കാർഡഡ് വോയ്സ്

"ഹേ റാം"
കേൾപ്പിക്കും.
നരഞ്ഞു പൊന്നുന്ന
അനുയായി മദ്ധ്യത്തിൽ
പിന്നീട്
സംതൃപ്തനായൊന്നിരിക്കണം
ഒടുവിൽ
ശാന്തനായി
കീർത്തനങ്ങൾ ജപിച്ച്
നമസ്ക്കരിക്കണം

ഗാന്ധിയെ ഒരു നാളെങ്കിലും
ജീവിതത്തിൽ കാണാൻ കഴിഞ്ഞില്ല
ഗാന്ധിയുടെ കണ്ണടയിലെങ്കിലും
ഒന്ന് ചെറുതായൊന്ന്
വെടിവെച്ച് കൊല്ലണം.

●

ഓണം ഒരു സന്ദേശം

എന്നോ വരാനുണ്ടൊരാൾ, അയാൾ പാതാള-
ദുരിതങ്ങളിൽ നിന്നുയിർത്തു വന്നെത്തുവോൻ;
നമ്മളിലാരോ ഒരാൾ പുതുലോകത്തിൻ
നന്മകൾ സൃഷ്ടിക്കുമെന്ന പ്രതീക്ഷയായ്

ഓണം നമുക്കോർമ്മ വീണ്ടും പുതുപ്പിക്കാ-
നെത്തും പ്രതീകാത്മ നന്മതൻ ഉത്സവം
മാറ്റിപ്പണിക സമൂഹമെന്നാഹ്വാന-
പ്പൂവിളി നമ്മെയുണർത്തുന്നൊരാഘോഷം.

എങ്ങും ഇതുപോലെ മർത്ത്യരെല്ലാവരും
ഒന്നുപോൽ വാഴുന്ന സ്വപ്നം പുലർന്നിടാൻ
നല്ലൊരു നാളെ സൃഷ്ടിക്കുവാൻ, മർത്ത്യരെ
പുൽകും വസന്തത്തിൻ സന്തോഷപ്പൂക്കാലം .

ഇല്ല ഭേദങ്ങളൊന്നും തന്നെ, ആൺ-പെണ്ണെ-
ന്നുള്ളതല്ലാതെ, ഉള്ളോനുമില്ലാത്തോനു-
മെന്നതില്ലാതെ, സമത്വ സമൃദ്ധിതൻ
സന്ദേശം അണിയിട്ടൊരുക്കുന്നൊരുത്സവം

ലോകമേ നോക്കുകെൻ നാടിൻ പൊന്നോണത്തിൻ
സാർവ്വദേശീയ മഹത്വം തിളങ്ങിടും
സന്ദേശഗീതത്തിൻ ഊട്ടും പാവും, മണ്ണിൽ
മാനുഷരെല്ലാരുമൊന്നുപോലെ.

എങ്ങിനെ സാധിതമാവാതിരിക്കുമീ
സമ്മോഹനലക്ഷ്യം, വാമനക്കൂട്ടത്തെ
തള്ളി നാം നാളെ വെളിച്ചത്തിൻ നല്ലൊരു
പൊന്നോണം പോലെ പുതുലോകം തീർക്കും നാം.

●

മറക്കാതിരിക്കണം

യാത്ര തുടങ്ങുക പ്രാർത്ഥിച്ച നാമൊന്നായ്
വൈകരുതൊട്ടുമേ, വേഗമങ്ങെത്തണം
ആദ്യമെത്തുന്നോർക്കാണാദ്യം അനുഗ്രഹം
വാങ്ങി പ്രസാദം പോൽ സ്വീകരിച്ചടങ്ങണം.

എത്ര സമാധനക്കേട്ടുകൾ, നിർഭാഗ്യ
നാളുകൾ, ദുരിതങ്ങൾ, വയ്യായ്മ, ഒക്കെയും
മാറിയനുഗ്രഹം വാങ്ങണം ഭാഗ്യത്താൽ
പുത്തനായ് കിട്ടിയാൽ ഏറെയാഹ്ളാദമായ്.

തിക്കും തിരക്കും വഴക്കും വക്കാണവും
പെട്ടെന്ന് ചിലരോ മയക്കമായ് വീഴലും
ജീവിതമങ്ങ് ഒടുങ്ങലും, എത്രതാൻ
ദുരിതമെന്നാലും നാം കൃ നിന്നേയാകണം.

ഗേറ്റ് അടക്കാമങ്ങ് എത്തുന്നതിൻ മുൻപേ
വരിനീണ്ടാൽ മുന്നോട്ട് പോകാതെയായീടും
എന്തു കഷ്ടങ്ങളെന്നാലും വഴിവേറെ
പണ്ടാരടങ്ങുവാനില്ല, കരേറുവാൻ.

ക്ഷമവേണം ആരോടും കോപിക്കാതങ്ങിനെ
വേറിട്ട ചിന്തകൾ എല്ലാം മറക്കുക
പ്രാർത്ഥിച്ച് ആധാർക്കാർഡോടെ നാം നിൽക്കുക
രണ്ടായിരം നോട്ട് ബാങ്ക് തരും വരെ.

●

തീവണ്ടി

ഭൂരിപക്ഷ ദാരിദ്ര്യത്തിന്
രണ്ട് ഈഎപിയെൽ പെട്ടിയുള്ള
തീവണ്ടി
ഒരു പ്രതീകം തന്നെയാണ്.

മദ്ധ്യവർഗ്ഗത്തിന്
അടങ്ങിക്കിടക്കാൻ
നീളൻ ആനുകൂല്യങ്ങൾ

ഏസികമ്പാർട്ട്മെന്റ്
മനസ്സ് തുറക്കാതെ
മസ്സിലുപിടുത്തക്കാരൻ
കോർപ്പറേറ്റ് വർഗ്ഗരാണ്.

വ്യാപരങ്ങളുടെ
നയത്തിന്റെ
കുതിച്ച കയറ്റത്തിന്റെ
കുരുക്കു കെട്ടുന്നതിന്റെ
കുരുക്കു മുറുക്കുന്നതിന്റെ
കുരുക്ക് അഴിക്കുന്നതിന്റെ
പുരസ്ക്കാരവേട്ടയുടെ
വഞ്ചനയുടെ
കള്ളത്തരത്തിന്റെ
പകയുടെ

രക്ഷപ്പെടലിന്റെ
പ്രസംഗത്തിന്റെ
മുഖംമൂടികളുടെ
മത്സരത്തിന്റെ
വെട്ടിപ്പിടുത്തത്തിന്റെ
വീമ്പുപറച്ചിലിന്റെ
പാപ്പർ ഹർജിത്തലേന്നിന്റെ
ഇടവേള കൊറിക്കലാണ്
ഏസിപെട്ടിയിലെ ഓട്ടവേളകൾ

പുറത്തെ പൊള്ളുന്ന വേവലും
മുറിയാതെ പെയ്യുന്ന നനയലും
ഓടിക്കിതച്ചെത്തി
കേറലും, വിയർക്കലും
ആറലും മയങ്ങലും
നിൽക്കക്കള്ളിക്കായി
തള്ളലും തിരയലും
കൂട്ടവക്കാണവും
പ്രാകലും പുകയലും
തങ്ങളിൽ തങ്ങളിൽ
താനെ അതൊക്കെ
എരിച്ചടക്കീടലും
വഴിവേറെയില്ലാതെ
ശാന്തരായ് തീരലും
വ്യവസ്ഥിതികളാകെ
എതിർത്തു പിറുപിറുക്കലും
പിന്നെ പതുക്കവെ
ക്ഷീണിച്ചടങ്ങലും
ഒടുവിൽ
കടലകൊറിക്കലും.

ഇതൊന്നുമൊന്നും അറിയാതെ
അറിയാനൊട്ടുമിനക്കെടാതെ
വിറങ്ങലിച്ച് അവരിരുപ്പാണ്
സുഖമായ് നിശ്ശബ്ദമായ്
കറുത്ത കമ്പിളിപ്പുഴക്കളായ്

സ്വയം സ്വന്ത ലോകത്ത്
ഏസി പെട്ടിയിൽ

പുഴക്കൾക്കു മേലെ
പുഴക്കളെന്നപോലെ
കുനിഞ്ഞും പുളഞ്ഞും
ഞെളിഞ്ഞും ചെരിഞ്ഞും
അങ്ങിങ്ങു തൂങ്ങി-
പ്പിടിച്ചും പിടഞ്ഞും
ദാരിദ്ര്യപ്പിന്നോക്ക-
ദുരിതയാത്രക്കാർ
അൺറിസർവ്ഡ് പെട്ടികളിൽ
വീർപ്പുമുട്ടുന്നവർ
നാട്ടിലും വീട്ടിലും തീവണ്ടി യാത്രയിലും

ഇറങ്ങിപ്പോകുമ്പോൾ
എല്ലാവരും
ഒരുപോലെ
സ്വന്തം വർണ്ണച്ചിറകുകളിൽ
യാത്രകളുടെ ഭീമൻപ്യൂപ്പയിൽനിന്ന്
പറന്നുപോകുന്നവർ

തീവണ്ടിയും
ഒരു പ്രതീകമാണ്.

●

ഹിഡുംബൻ

ഇടിമുഴങ്ങും പോലിരുണ്ടൊരു
കാടിനുള്ളിലെ യിരമ്പം പോൽ
ഉണർന്നുയർന്നു വരുന്നവൻ, ഇവൻ
വാക്കിലഗ്നി ചുഴറ്റിടുന്നോൻ.

കാട്ടുവീര്യവും ഊർജ്ജവും വഹി-
ച്ചവഗണിച്ചവർക്കെതിരെ നിന്ന്
ചോദിക്കുന്നു ജീവിതത്തിൻ
സപ്തവർണ്ണങ്ങൾ

ഇവിടെയുണ്ടവകാശം, ഞങ്ങളും
നാടിൻ നേരവകാശികൾ, ഇനി
അടിച്ചമർത്തും നയങ്ങളെല്ലാം
കണ്ടുചൂളിയൊളിക്കില്ലെന്ന്
മണ്ണിൻ ചൂടുമായ്
കാടിൻ ചൂരുമായ്
കുടിലിൻ കുളിരുമായ്
ഉറക്കെ ഗർജ്ജിച്ചുയരുന്നോനവൻ
പുതുവെളിച്ചം തിരിച്ചറിഞ്ഞോൻ
ഇവൻ ഹിഡുംബൻ

ചതിച്ചൊട്ടുക്കൽ
തീണ്ടിയകറ്റൽ
ചേരിച്ചേറിൽ

ഒതുക്കിത്തള്ളൽ
അതൊക്കെ കാലം മുറിച്ചു മാറ്റിയ
നീചരീതികളെന്നറിഞ്ഞവൻ
ഇവൻ ഹിഡുംബൻ

ഇരുട്ടുകീറി
വെളിച്ചം വീശി
ഉരുക്കായ് ഉള്ളിൽ കനൽ ചുവന്നും
പഠിച്ചുകേറിയൊരുയരം; വാനവും
കടലും പോലെ വിശാലമാമറി-
വറിഞ്ഞു തങ്ങളെ തങ്ങളാരെ-
ന്നറിഞ്ഞുമേലിൽ പിടഞ്ഞുവീണു
മരിച്ചിടാനിനിയില്ലെന്നോതും
കാട്ടുവീട്ടിക്കരുത്തുകൊണ്ടോൻ
ഇവൻ ഹിഡുംബൻ

ഒരുമിച്ചാവാം പുതിയ പോരുകൾ
ഒരുമിച്ചാവാം ജയിച്ചുകേറൽ
ഒരുമിച്ചൊരുപോലാവാം ജീവിതം
ഒരുമിച്ചിനീയധികാരം പങ്കിടൽ
എന്നുറക്കെ ഉറപ്പിച്ചുള്ളവൻ
പുതിയപോരിൻ കളം കുറിപ്പോൻ
ഒരു വിസ്ഫോടനം കാത്തുനിൽപ്പോൻ
നാളെനാടിന്നുടയോൻ എന്റെ
നാടിൻ പുത്രൻ ഇവൻ ഹിഡുംബൻ

●

രക്തസാക്ഷി മഹാബലി

നിവരുന്ന വാമനൻ വീണ്ടും, മഹാബലി
ച്ചിന്തകൾ തളിരിട്ടതൊന്നു തഴക്കുവാൻ
അനുവദിക്കില്ലെന്നു കാലാൽ അമർത്തി-
ച്ചവിട്ടിയാഴ്ത്തുന്നു ചതിക്കാരൻ വാമനൻ.

മനുജൻമാരെല്ലാരുമൊന്നുപോൽ എന്ന നൽ
നട്ടെല്ലുവളയാത്ത നല്ല കാഴ്ചപ്പാടിൻ
തലയിൽ ചവിട്ടി അമർത്തുന്നു, പിന്നെയാ-
മൂന്നടിയഹങ്കാര കഥ ചമച്ചീടുന്നു.

അറിവിൻ വെളിച്ചത്തിൽ പടരുവാൻ വെമ്പുന്ന
അടിപെരണ്ടത്തലപ്പങ്ങിങ്ങ് പച്ചില-
ക്കുമ്പുവിടർത്തി ഉയർന്നിടാൻ വെമ്പവേ
അധികാരദാർഷ്ട്യം തലനുള്ളിക്കൊല്ലുന്നു.

പോയ കാലത്തിലെ മർദ്ദകന്മാർ തുട-
ച്ചായം പുരട്ടി വിമോചകന്മാരെന്ന്
പുതുപ്രാന്തന്മാരായ് പുലമ്പി പെരുമ്പറ
വ്യാപകം വീണ്ടും മുഴക്കി മദിക്കുന്നു.

പൂവുകളതുകണ്ടു പരിഹസിച്ചീടുന്നു
കാറ്റിന്റെ കൈകളിൽ വാൾത്തല മിന്നുന്നു
നിർലജ്ജമീ വ്യാജചിത്ര നിർമ്മാണങ്ങൾ
കണ്ടു കണ്ടീദേശം ഇരുളിലേക്കുരുളുന്നു.

കള്ളവും ചതിയും നിറഞ്ഞ നാൾ നിത്യവും
വീണ്ടുമിക്കാലം തഴച്ച പൊന്തീടുമ്പോൾ
എങ്ങിനെ അന്നാളിൽ നീ രക്തസാക്ഷിയായ്
എന്ന നേരറിയുന്നു ഞങ്ങൾ മഹാബലി.

●

രണ്ടു ജന്മം ഒരു ജീവിതം

തിരിഞ്ഞു നോക്കുക, പഴയ ജന്മ-
ചരിത്രമിന്നലെ താണ്ടിപ്പോയവ
ഇന്നു മറ്റൊരു ജന്മപ്പിറവിയിൽ
സംഭ്രമിച്ചു വിറച്ചു നിൽപ്പു നാം.

മനസ്സിൽ, ചിന്തയിൽ, ചുറ്റിലും നിറ-
ഞ്ഞദൃശ്യമാം വിലങ്ങെങ്ങുമാരിലും;
അനങ്ങിയാൽ പതിക്കുന്ന ചാട്ടപോൽ
മെരുക്കി നിർത്തിയീ നമ്മെ നിർദ്ദയം

ഉണർന്നെണീക്കുമ്പോൾ മരിച്ചവീട്ടിലെ
കരിഞ്ഞ മാനസമൂകത മാത്രം
ദിനവും; രാവു കഴിഞ്ഞെണീക്കിലും
പുലരിയെന്തോ പുലർന്നിടാത്തപോൽ

അടുത്തിരിക്കവെ എത്രമേൽ നമ്മ
അടുത്തറിഞ്ഞിടാൻ മനം തുറക്കുവാൻ
ഏറെയുണ്ടെന്നറിഞ്ഞൊരക്കാലം
ഇന്നോ നാമകന്നിരിപ്പു പണ്ടാരം!

പൂത്ത പൊൻകണി മരങ്ങളെന്നപോൽ
കൂടിനിന്ന സമൂഹ ജീവിതം
വിട്ടു വിട്ടകലത്തിൽ താമര
നിൽക്കും മട്ടിലായിന്നു ജീവിതം

തൊട്ടാൽ, എങ്ങാനുമൊന്നു തുമ്മിയാൽ
ഒട്ടിയോയെന്നുടനെ സംശയം
ഇത്രകാലം കഴുകിടാത്തത്ര
ഒക്കെത്തന്നെ കഴുകിത്തീർത്തുനാം

തിരിച്ചറിഞ്ഞിടാനാവാതായ് നമ്മെ
പലർക്കുമെന്തൊക്കെ മാറ്റങ്ങൾ, എല്ലാം
അകത്തുനിന്നു പറിച്ചെറിഞ്ഞു നാം
വിവസ്ത്രരായ് നവജാതർപോലെയായ്.

ഓർത്തു നോക്കുകിൽ എത്ര ഭംഗിയായ്
ഒറ്റ ജീവിതം രണ്ടു ജന്മമായ്
പൂർവ്വജന്മത്തിൻ തെറ്ററിഞ്ഞിടാൻ
പൂട്ടിയിട്ടയീ ശേഷ ജീവിതം.
●

സാന്ത്വനക്കുദാശ

നോവുന്നോ ഡാഡി,
എന്തേ ക്ഷീണമായ് കാണുന്നല്ലോ
കണ്ണുനീർ വരുന്നല്ലോ
എന്തിനീ ദുഃഖം,
എല്ലാം മാറുവാൻ മരുന്നല്ലോ കഴിച്ചു,
രോഗം വേഗം
ഭേദമായീടും, അൽപം
കുടിക്കു വെള്ളം, ശ്വാസം
മുട്ടുന്നോ, നോവേറുന്നോ?

എന്നെയിങ്ങിനെ എന്തേ
നോക്കുന്നു? പോകില്ല ഞാൻ,
അരുകിൽ എല്ലായ്പ്പോഴും
ഉണ്ടാവും, പേടിക്കേണ്ട
ഇങ്ങിനെ സദാനേരം
വർത്തമാനങ്ങൾ പറ-
ഞ്ഞരുകിൽത്തന്നെ എന്നും
നിറഞ്ഞേ നിൽക്കാനിവൾ-
ക്കേകുന്നു കൂലി
പെരും നക്ഷത്രാശുപത്രിയിൽ.

രോഗിതൻ മകളാണെ-
ന്നോർത്തുഞാൻ, അല്ല അവൾ
സ്നേഹമേകുന്ന നേഴ്സാ-

ണാസന്ന മൃത്യു കാക്കും
ആ വൃദ്ധ ധനികന്റെ
അരുകിൽ അവൾക്കാകെ
ചെയ്യുവാനുള്ള ദൗത്യം
സാന്ത്വനം മാത്രം; നേഴ്സെ-
ന്നാശുപത്രിയെന്നെല്ലാം
അറിയാതിരിക്കുവാൻ
യൂണിഫോം ധരിക്കാതെ
പാതിബോധത്തിനുള്ള
വേദനാരാഹിത്യത്തിൻ
മരുന്നു കയറ്റിയ
രോഗിയോടാശ്വാസത്തിൻ
വായ്മൊഴി നിറക്കുവോൾ

രോഗിയെ കാണാൻ ചെന്ന
എന്നോടും പറയുന്നു
തെല്ലൊന്നു മാറ്റി സിസ്റ്റർ;
ഡാഡിയിന്നൽപ്പം ഭേദം
ശ്വാസകോശത്തിൽനിന്നു-
വാരിയെല്ലുകൾ കട-
ന്നർബുദബാധ രണ്ടു-
കിഡ്നികൾ, കരൾ, ഉള്ളിൽ
കുടലിൽ എല്ലാം പടർ-
ന്നൊന്നുമേ പ്രവർത്തന
ക്ഷമതയില്ലാതായി
ഇനി സാന്ത്വനം മാത്രം,
ഇല്ലിനി മരുന്നൊന്നും
ഈ വിധം ഡാഡി എന്ന
വിളികൾ, സ്പർശം, സ്നേഹ-
സാമീപ്യം, സംഭാഷണം
ചില നാളുകൾ അതും.

ഈ കാൻസർ സ്പെഷാലിറ്റി
ആശുപത്രിയിലെന്റെ
ജോലിയും ശുശ്രൂഷയും
ഇതു മാത്രമാണെന്നും,

ഒക്കെയും നോക്കി ചാരെ
മരണം ചിരിക്കുന്നു

ഡാഡി അല്ലെന്നാലും ഞാൻ
വിളിക്കേണ്ടതാവിധം
അവ്വിധം നിർദ്ദേശമീ-
യുള്ളോൾക്ക്, ഞാനെന്നാളും
ആസന്ന മരണസ്ഥർ-
ക്കായ് മാത്രമുഴിഞ്ഞിട്ടോൾ
എനിക്ക് അവർ പിതാ-
വവർക്ക് മകൾ ഞാനും
അന്ത്യബോധത്തിൽ ചാരെ
മകളെന്നൊരാശ്വാസം
കൃത്രിമ ബന്ധത്തിന്റെ
വിളികൾ കുളിർ നൽകാം.

കണ്ടുപോവുക വേഗം
കണ്ണടക്കുന്ന തേതു-
നേരവുമാവാം അതിൻ
മുൻപു മന്ദഹാസത്തിൻ
സാന്ത്വന വാക്കോതുക
നെറ്റിയിൽ തടവുക
ഞെട്ടറ്റു നിൽക്കുന്നൊരു
ഇല മാത്രമീ ദേഹം.

പെട്ടെന്നു ചുമക്കുന്നു
അവളോടുന്നു; ഡാഡി
വിഷമിക്കേണ്ട, ഞാനു-
ണ്ടിവിടെ, നെഞ്ചിൽ മെല്ലെ
തടവിത്തരാം, ചുണ്ടു-
നനക്കാൻ ഇറ്റു വെള്ളം
കുടിക്കു, എല്ലാം മാറും.
●

ചിതകൾ തിരയുന്ന വാത്മീകി

ഇരുൾ നീങ്ങാനായ് രചിച്ച
സ്വന്തം രാമായണം
വാത്മീകി സ്വയം വെന്തു
കത്തിച്ചു കളയുന്നു.
താനന്നറിഞ്ഞത-
ല്ലിന്നോളവും നേര്
താൻ താൻ തൻ പാപത്തിൻ
പാപികൾ ജയിക്കുന്നു.
ചിതലുകൾ ഉൾമന -
സ്സിൽ മുറ്റിക്കയറിയി-
ന്നോളവും വാത്മീകം
തട്ടിക്കളയാത്ത
സൗവർണ്ണ ജാതി -
യഹങ്കാരഭ്രാന്തന്മാർ
അധികാര നിർഭയ
മദത്തിൽ പുളക്കുന്നു
സീതക്കു ഭൂമി
ഉണ്ടായിരുന്നു സ്വന്തം
അപമാന മുക്തിക്കായ്;
എന്റെ പേരക്കുഞ്ഞിൻ
ദുർവിധി ആ മുഖം*[1]

1 * UP ഗ്രാമത്തിൽ ഉയർന്ന ജാതി ആളുകൾ ക്രൂരമായി കൂട്ടബലാത്സംഗം ചെയ്ത് കൊന്ന് വീട്ടുകാർക്ക് മുഖം പോലും കാണിക്കാൻ അനുവദിക്കാതെ നട്ടരാത്രി പൗലിസുകാർ കത്തിച്ചു കളഞ്ഞ മനീഷ വാത്മീകി എന്ന ദളിത്-വാത്മീകി പന്നോക്ക സമുദായത്തിലെ ഹതഭാഗ്യായ യുവതിയെ ഓർത്ത് എഴുതിയത്.

കാണിക്കുവാൻ പോലും
മനസ്സറ്റു മാനവികം;
വിലപിപ്പൂ വാത്മീകി
തിരയുന്നു വാത്മീകി
ചിതകൾ, കുഞ്ഞുങ്ങളെ
ഇരുളിലെമ്പാടും
അധികാര കിങ്കരർ
മാംസം കടിച്ചു
കീറിക്കൊന്നു കത്തിച്ച
ചിതകളെ, നാക്കുകൾ
മുളക്കും ചിതകളെ.

●

കാറ്റ് വീശും പോലെ

തുടുതുടുപ്പൻ
ചുവപ്പൻ മലർകളാൽ
തിരിയുയർത്തി -
പ്പിടിക്കുന്ന പൂമര -
ത്തണലിലൂടെയാ -
ണെന്റെ പ്രയാണങ്ങൾ;
തിരികെയെത്തുന്ന
സൂര്യന്റെ നാൾവഴി
മുറുകെയെന്നും
പിടിക്കും പ്രഭാതത്തിൽ
കുതിപ്പാണിന്നും
കിതക്കാതെ മുന്നോട്ട്

വെറുതെ പാഴ്പുരാ -
ണങ്ങൾ കൊറിക്കുന്ന
പഴയ പായൽ
പിടിച്ചൊരാലാപന
വഴുതൽ, പിന്നെ
ഞരങ്ങി നിരങ്ങുന്ന
തളർച്ച വീണ
സ്വരങ്ങൾ; മടുപ്പേകും
തേഞ്ഞുലഞ്ഞൊരു
സമ്പ്രദായങ്ങളാൽ
കഴിയുകില്ല, കലക്കി -

മറിക്കുന്ന
വേഗം കൊള്ളണം
കാറ്റ് വീശും പോലെ
പോയതീ വഴി
എന്നറിഞ്ഞീടണം.

പടരണം വേഗം
തീക്ഷ്ണമാം നാളങ്ങൾ
ഉറക്കെച്ചൊല്ലുന്ന
അക്ഷരക്കൂട്ടിൽ നി-
ന്നൊരു ജ്വലിക്കു-
മാവേശമാം ആശയം
പതിയെ ചേർത്തിണ-
ക്കുന്നൊരു ശക്തിയായ്
കുതിര വേഗത
കൈക്കൊണ്ടുയിർക്കുവാൻ
നെടുകെ വേണ്ടാത്ത-
തെല്ലാം പിളർക്കുവാൻ
കൊടിയുയർത്തുക
പുതിയൊരാകാശത്തിൽ
വെളിച്ചമില്ലാത്തോർ -
ക്കെല്ലാം വെളിച്ചമായ്
ഉണർന്നിടാത്തവർ -
ക്കെല്ലാം ഉണർന്നിടാൻ
ഉയർന്നിടാത്തവർ
ക്കെല്ലാം ഉയർന്നിടാൻ
തെളിഞ്ഞിടാത്തവർ -
ക്കെല്ലാം തെളിഞ്ഞിടാൻ

തിരികെയെത്തുന്ന
സൂര്യന്റെ നാൾവഴി
മുറുകെയെന്നും
പിടിച്ച് പോകുന്നു ഞാൻ.

●

www.ingramcontent.com/pod-product-compliance
Lightning Source LLC
LaVergne TN
LVHW100311051026
849517LV00006B/2257
* 9 7 8 9 3 9 0 5 3 5 5 1 4 *